ராகுல்

(ராகுல் காந்தி வாழ்க்கை வரலாறு)

இது ஒரு

மெட்ராஸ் பேப்பர்

தயாரிப்பு

ராகுல்

(ராகுல் காந்தி வாழ்க்கை வரலாறு)

அ. பாண்டியராஜன்

மெட்ராஸ் பேப்பர்

Title: Rahul (Rahul Gandhi Vaazhkkai Varalaaru)
Author's Name: A. Pandiyarajan

Published by MadrasPaper

மெட்ராஸ் பேப்பர்

MadrasPaper

(An imprint of Zero Degree Publishing)
No. 55(7), R Block, 6th Avenue,
Anna Nagar,
Chennai - 600 040

Website: www.madraspaper.com
www.zerodegreepublishing.com
E Mail id: zerodegreepublishing@gmail.com
Phone: 89250 61999

Ezutthu Prachuram First Edition: December 2022
ISBN: 978-93-95511-35-3
TITLE NO MP: 6

Cover Design & Layout: Vijayan, Creative Studio

நன்றி

பயிற்சியும் வழிகாட்டுதலும் தந்து என் எழுத்தை அதிகாரப்பூர்வமாக அங்கீகரித்து இந்தத் தலைப்பில் என் முதல் நூல் வெளிவர முக்கியக் காரணமான எழுத்தாளர் பா. ராகவனுக்கு..

என்னால் எழுதமுடியும் என்று முதன்முதலில் என்னை நம்பவைத்த கோவை கிருஷ்ணா கலை அறிவியல் கல்லூரியின் தமிழ்த் துறைத் தலைவர் திருமதி. விஜய சாமுண்டீஸ்வரிக்கு..

வெய்யில், மழை பார்க்காமல், தேனி கிராமங்களின் சாலைகளில் சைக்கிள் மிதித்து ஐஸ் விற்று என்னை வளர்த்துப் படிக்கவைத்த அப்பா அனந்தநாராயணனுக்கும், அவரோடு உடன் நின்று இன்றுவரை உழைத்துக்கொண்டிருக்கும் அம்மா வேலம்மாளுக்கும்..

எழுதியதை எல்லாம் படித்து ஊக்கம் தந்த குடும்பத்தினருக்கும் நண்பர்களுக்கும்..

முன்னுரை

இருபதுவருடங்களுக்கும்மேலாகஇந்தியஅரசியலில் தவிர்க்கமுடியாத பெயர் ராகுல் காந்தி. இன்றும் இளைஞர்களின் முகமாக அறியப்படுபவர். சுதந்திர இந்தியாவின் முதல் பிரதமர், இந்தியாவின் முதல் பெண் பிரதமர் எனப் பாரம்பரியம் மிக்க நேரு-காந்தி குடும்பத்திலிருந்து வந்தவர். தனது பாட்டியையும் தந்தையையும் வெறுப்பு அரசியலுக்குப் பலி கொடுத்துவிட்டு, இந்திய ஒற்றுமை பயணத்துக்கான அரசியலை முன்னெடுத்திருக்கிறார். குடும்ப அரசியலின் வழி வந்தாலும், தன்னை அரசியலில் நிலைநிறுத்திக்கொள்ள ராகுல் காந்தி முன்னெடுத்த முயற்சிகளும், அவரது தொடர்ந்த செயல்பாடுகளும் கவனிக்கத்தக்கவை. ராகுலுடைய எதிர்காலம் என்ன என்ற கேள்விக்கு, அவரது செயல்பாடுகளைப் பொறுத்து காலம் பதில் சொல்லும். அதே காலம், அவருடைய கடந்த காலத்தை எப்படிப் பதிந்து வைத்திருக்கிறது என்ற தேடலின் வழியில் உருவானதுதான் இந்தப் புத்தகம். வழிகாட்டிய எழுத்தாளர் பா. ராகவனுக்கும், பதிப்பிக்கும் ஜீரோ டிகிரிக்கும் நன்றி.

அ.பாண்டியராஜன்
a.pandi2023@gmail.com

பொருளடக்கம்

ராஜீவ் காந்தி படுகொலை

1991-ஆம் ஆண்டு. தேசிய முன்னணியின் பிரதமர் வி.பி.சிங்கின் ஆட்சிக்காலம் முடிவுக்கு வந்து, இந்தியா பொதுத்தேர்தலுக்குத் தயாராகிக்கொண்டிருந்தது. நேரு-காந்தி குடும்பத்துக்கு மிக நெருக்கமான மரகதம் சந்திரசேகர், ஸ்ரீபெரும்புதூர் தொகுதியின் வேட்பாளராக அறிவிக்கப்பட்டிருந்தார். ராஜீவ் காந்தி, அவரை ஆதரித்துப் பிரசாரம் செய்ய, மே *21*-ம் இரவு பொதுக்கூட்டம் ஏற்பாடாகி இருந்தது. அவர், ஆந்திர மாநிலம் விசாகப்பட்டினத்தில் தேர்தல் பிரசாரத்தை முடித்துவிட்டு, விமானம் நோக்கி விரைந்துகொண்டிருந்தார். விமானத்தின் ரேடாரில் கோளாறு. விமானம் புறப்படத் தயாராக இல்லை. ஆந்திராவின் அன்றைய முதல்வர் ஜனார்த்தன ரெட்டியோடு, விருந்தினர் மாளிகைக்குத் திரும்பிவிட்டார். ஓரிரு மணி நேரத்தில் விமானத்தின் பழுது சரிசெய்யப்பட்டது. விமானம் தயார் என செய்தி வந்தது. திட்டமிட்டதைவிட இரண்டு மணி நேரம் தாமதமாகத் தமிழகம் வந்திறங்கினார் ராஜீவ்

காந்தி. விமான நிலையத்திலிருந்து ஸ்ரீபெரும்புதூர் செல்லும் சாலையில், வழிநெடுகிலும் மக்கள் கூட்டம். பிரசாரப் பொதுக்கூட்டத்துக்குச் செல்வது இன்னும் தாமதமானது. அடுத்த சில நிமிடங்களில் என்ன நடக்கப்போகிறது என்று தெரியாத மக்கள், ராஜீவ் காந்தியை எதிர்நோக்கி ஸ்ரீபெரும்புதூரில் பொதுக்கூட்டம் நடக்கும் மைதானத்தில் பெரும் திரளாகக் கூடியிருந்தனர். இந்திரா காந்தியின் சிலைக்கு மாலை அணிவித்துவிட்டு, பொதுக்கூட்ட மேடையை நோக்கி நடந்தார். 'திட்டமிட்டபடி', அந்தப் படுகொலை நடந்தது. இரவு மணி 10:10, அந்த மனித வெடிகுண்டு வெடித்தது. இந்தியாவின் முன்னாள் பிரதமர் உடல் சிதறிக் கிடந்தார். வெடித்தது மிகவும் சக்திவாய்ந்த ஆர்.டி.எக்ஸ். வெடிபொருள். அந்த இடமே, மனித ரத்தமும் சதைத்துண்டுகளுமாகக் கிடந்தது. இதைச் சற்றும் எதிர்பார்க்காத மக்கள் பதறியடித்து ஓடினர்.

பொதுக்கூட்ட மேடையில் இருந்த காங்கிரஸ் தலைவர்கள், குண்டு வெடித்த இடம் நோக்கி ஓடினர். ராஜீவ் காந்தியின் உடல் அடையாளம் தெரியாத அளவுக்கு உருக்குலைந்திருந்தது. அவர் அணிந்திருந்த பிரத்தியேகக் காலணியை வைத்து உடலை அடையாளம் காட்டினர், காங்கிரஸ் மூத்தத் தலைவர்கள் ஜி.கே. மூப்பனாரும், ஜெயந்தி நடராஜனும். ஐயோ என்ற அழுகுரல் அந்த இடமெங்கும் கேட்டது. மூப்பனாரும் வாழப்பாடியாரும் கட்டிப்பிடித்துக் கதறினர். தங்கள் தலைவர் படுகொலை செய்யப்பட்ட கோபத்தில், பாதுகாப்புக்கு வந்திருந்த காவல் துறையினரை காங்கிரஸ் தொண்டர்கள் தாக்கத் தொடங்கினர். இந்தத் தாக்குதலில் இருந்து காவலர்கள் தப்பித்து

ஓடினர். ஐ.ஜி. ராகவனை யார் என்று தெரியாத காங்கிரஸ் தொண்டர் அவரைத் தாக்க ஓட, அவரைத் தடுத்து நிறுத்தினார் மூப்பனார். அடுத்து என்ன செய்வது? ராஜீவ் காந்தியின் உடலை அங்கு நீண்ட நேரம் வைத்திருக்க முடியாது. உடனே சென்னைக்கு உடலை கொண்டுசெல்ல வேண்டும் என ஐ.ஜி. ராகவனிடம் பரபரத்தார் மூப்பனார். தீயணைப்பு வண்டியில் இருந்த ஸ்ட்ரெச்சர் எடுத்துவரப்பட்டது. உடலை எடுத்துச்செல்ல வாகனம் வேண்டும். அருகில் எந்தக் காவலரும் அப்போது இல்லை. ஐ.ஜி. ராகவனே ஓடிப்போய் காவல் துறை வேனை கொண்டுவர ஏற்பாடு செய்தார்.

சென்னை, அரசுப் பொது மருத்துவமனைக்கு ராஜீவ் காந்தியின் உடல் கொண்டுவரப்பட்டது. மருத்துவமனை ஊழியர்களுக்கு என்ன நடந்ததென்று தெரியாது. பரபரப்பில், தகவல் ஏதும் தெரிவிக்கப்படவில்லை. கூச்சல் சத்தம் கேட்டு சக்கர நாற்காலியைக் கொண்டுவந்தனர் செவிலியர்கள். அந்த இடம் சற்று நேரம் கலவரமாக இருந்தது. ராஜீவ் காந்தி இறந்துவிட்ட தகவல் தெரிந்ததும் பரபரப்பானார்கள். ராஜீவ் காந்தியின் உடல் மருத்துவமனைக்குள்ளே கொண்டு செல்லப்பட்டது. வாழப்பாடியை அழைத்து, தமிழக ஆளுநருக்குத் தகவல் தரச் சொன்னார் மூப்பனார். முதல் அழைப்பு இணைப்பு கிடைத்தாலும் பேசுவது தெளிவாகக் கேட்கவில்லை. இரண்டாவது அழைப்பில் தொடர்பு கிடைத்து, ஆளுநரிடம் மூப்பனாரே பேசினார். ராஜீவ் காந்தி படுகொலை செய்யப்பட்ட தகவலை ஒற்றை வரியில் சொன்னார். உடனே அவரை மருத்துவமனைக்கு வரும்படியும் கேட்டுக்கொண்டார்.

10, ஜன்பத், டெல்லி வீட்டில் இருந்த சோனியா காந்திக்கு, அடையாளம் தெரியாத நபரிடமிருந்து இரவு 10:25 மணிக்கு தொலைபேசி அழைப்பு வந்தது. என்ன தகவல் என்று தெரிவிக்கப்படவில்லை. ராஜீவ் காந்தியின் தனிச்செயலர் வின்சென்ட் ஜார்ஜ் சற்று முன்னர்தான், சோனியாவிடம் பேசிவிட்டு தன் வீட்டுக்குப் புறப்பட்டுச் சென்றிருந்தார். சோனியா, வின்சென்டை அழைத்துப் பேச முயற்சி செய்தார். அப்போதுதான் வீட்டுக்கு வந்த வின்சென்டுக்கு சென்னையிலிருந்தும் தொலைபேசி அழைப்பு வந்தது. ராஜீவ் காந்தி இறந்த செய்தியைத் தாங்கி வந்திருந்தது அந்த அழைப்பு.

தொலைபேசியில் சோனியாவை அழைத்து இந்தத் தகவலைச் சொல்லும் தைரியம் வின்சென்டுக்கு இல்லை. உடனடியாக 10, ஜன்பத் வீட்டுக்கு விரைந்தார். சோனியாவிடம் நடந்த விவரத்தைச் சொன்னார். அதே நேரத்தில், பல காங்கிரஸ் தலைவர்களும் தகவல் தெரிந்து, சோனியா வீட்டில் குழுமத் தொடங்கியிருந்தனர். அங்கிருந்த யாருக்கும் சோனியாவின் அழுகையை எப்படி ஆற்றுப்படுத்துவது என்று தெரியவில்லை. பிரியங்கா காந்திதான் சோனியாவைத் தேற்றிக்கொண்டிருந்தார். சோனியாவின் அறைக்கு யாரும் செல்லாதவாறு பார்த்துக்கொண்டார். ராஜீவ் காந்தியின் நண்பர் சதீஷ் சர்மா, வின்சென்ட் ஜார்ஜ் இருவரையும் அழைத்து சென்னைக்குப் புறப்பட ஏற்பாடு செய்யுமாறு கேட்டுக்கொண்டார். அப்போது குடியரசுத் தலைவராக இருந்த ஆர். வெங்கட்ராமனுக்கு இந்தத் தகவல் தெரிவிக்கப்பட்டது. பாதுகாப்புக் காரணங்களைச் சுட்டிக்காட்டி, சென்னைக்குச் செல்ல வேண்டாம் எனக் கேட்டுக்கொண்டார். ஆனால்,

சென்னைக்குச் செல்லும் தன் முடிவில் பிரியங்கா உறுதியாக இருந்தார்.

சோனியாவும் பிரியங்காவும் சென்னைக்கு வரும் தகவல் மூப்பனாருக்குத் தெரிவிக்கப்பட்டது. அவர்கள் இருவரும் மருத்துவமனைக்கு வருவது சரியல்ல என உணர்ந்தார். பொதுக்கூட்டம் முடிந்ததும், ராஜீவ் காந்தி தங்குவதற்காக சென்னை விமான நிலையத்தில் அறை ஏற்பாடு செய்யப்பட்டிருந்தது. ராஜீவ் காந்தியின் உயிரற்ற சிதைந்த உடல், அந்த அறைக்கு எடுத்துச் செல்லப்பட்டது. அதிகாலை *4:20* மணிக்கு, சோனியாவும் பிரியங்காவும் சென்னை வந்தனர். சோனியாவால் அப்போதும் நம்பவே முடியவில்லை. பிரியங்காதான் அவருக்கு ஆறுதல் சொன்னபடி இருந்தார். ராஜீவ் காந்தியின் உடல், சவப் பெட்டியில் கிடத்தப்பட்டிருந்தது. உடல் நடுங்கியபடி பெட்டியைத் திறந்து, ராஜீவ் காந்தியின் உடலைப் பார்த்த சோனியா கதறி அழுதபடி, அந்த அறையின் மூலையில் சரிந்து உட்கார்ந்தார். தந்தையின் உடலைச் சிறிது நேரம் கண்ணிமைக்காமல் பார்த்துக்கொண்டிருந்தார் பிரியங்கா. உடலை இங்கேயே பதப்படுத்தி அனுப்ப ஆலோசனை சொல்லப்பட்டது. ஆனால், அப்போதைய ஆந்திர முதல்வர் ஜனார்த்தன ரெட்டியும், ராஜீவ் காந்தியின் ஆலோசகர்களில் ஒருவரான சுமந்த் தூபேயும், டெல்லியில் அதற்கான ஏற்பாடு செய்யப்பட்டுவிட்டதைத் தெரிவித்தனர்.

ராஜீவ் காந்தியின் உடல், ராணுவ விமானத்தில் டெல்லிக்கு எடுத்துச் செல்லப்பட்டது. டெல்லி விமான நிலையத்திலிருந்து எய்ம்ஸ் மருத்துவமனைக்குக் கொண்டு செல்லப்பட்டது. ஏழு ஆண்டுகளுக்கு முன், குண்டுகளால் துளைக்கப்பட்ட

இந்திராவின் உடல் கிடத்தப்பட்டிருந்த அதே எய்ம்ஸ் மருத்துவமனை. ராஜீவின் உடல், பிரேதப் பரிசோதனை செய்யப்பட்டு பதப்படுத்தப்பட்டது. மருத்துவமனையிலிருந்து வீட்டுக்கு எடுத்துச் செல்லப்பட்டு, பின்னர் பொதுமக்களின் அஞ்சலிக்காக தீன்மூர்த்தி பவனில் வைக்கப்பட்டது.

ராகுலுக்கு அப்போது வயது 21. அமெரிக்காவில், ஹார்வர்டு பல்கலைக் கழகத்தில் படித்துக் கொண்டிருந்தார். தகவல் தெரிவிக்கப்பட்டு, அவரும் இந்தியாவுக்குப் புறப்பட்டுக்கொண்டிருந்தார். ராகுல் வரும்வரை, சோனியாவையும், ராஜீவ் காந்தியின் இறுதிச்சடங்கு நிகழ்வுகளையும் பிரியங்கா காந்தி கவனித்துக்கொண்டிருந்தார். மே 23 அதிகாலை, டெல்லி விமான நிலையத்தில் வந்திறங்கினார் ராகுல் காந்தி. அவருக்காக டெல்லி விமான நிலையத்தில் காத்திருந்த பிரியங்கா காந்தி, ராகுலைப் பார்த்ததும் கட்டிக்கொள்ள, இருவரும் கதறி அழுதனர். பின்னர் இருவரும், அங்கிருந்து ராஜீவ் உடல் வைக்கப்பட்டிருந்த தீன்மூர்த்தி பவனுக்குச் சென்றனர்.

பொதுமக்களின் அஞ்சலிக்குப் பிறகு, மே 24-ஆம் தேதி, யமுனை நதிக்கரைக்கு ராஜீவின் உடல் எடுத்துச்செல்லப்பட்டது. இந்திரா மற்றும் சஞ்சய் காந்தியின் இறுதிச்சடங்கு நடந்த அதே இடம். அப்போது, சோனியாவுடன் ராஜீவ் காந்தி துணையாக இருந்தார். இப்போது, ராகுலும் பிரியங்காவும். கண்ணீரோடு மக்கள் கூட்டம் அலைமோதியது. எரியூட்டுவதற்காக ராஜீவின் உடல் வைக்கப்பட்டிருந்தது. ராஜீவ் ஏற்கெனவே தன் இறுதிச் சடங்குகள் எப்படி நடைபெற வேண்டும் என்ற குறிப்பை எழுதிவைத்திருந்தார்.

சோனியாவோ அல்லது நானோ எங்கு இறந்தாலும் உடல் டெல்லிக்குக் கொண்டுவரப்பட வேண்டும்; இந்து முறைப்படி ராகுல் இறுதிச் சடங்கை செய்து, அஸ்தியைக் கங்கையில் கரைக்க வேண்டும் என்பது அவரது விருப்பமாக இருந்தது.

தேர்தல் செய்திகளைச் சேகரிக்க இந்தியாவில் முகாமிட்டிருந்த பல வெளிநாட்டு அச்சு மற்றும் காட்சி ஊடகங்கள் அனைத்தும், இப்போது ராஜீவ் காந்தி இறந்த செய்தியையும் இறுதிச் சடங்கு நிகழ்வுகளையும் கவரேஜ் செய்துகொண்டிருந்தன. அந்த வாரம் முழுவதும், ராஜீவ் காந்தி படுகொலை செய்யப்பட்ட செய்திதான், உலக ஊடங்களில் பிரதானமாக இருந்தது. வெளிநாடுகளைச் சேர்ந்த 60-க்கும் மேற்பட்ட தலைவர்கள், ராஜீவின் இறுதிச் சடங்கில் பங்கேற்றனர். இங்கிலாந்து அரசர் பிரின்ஸ் சார்லஸ், ஹாலந்து நாட்டு அரசர் பிரின்ஸ் அலெக்ஸாண்டர், ராஜீவின் நெருங்கிய நண்பரான பூடான் அரசர் ஜிக்மே சிங்யே, அமெரிக்கத் துணை அதிபர் டான் குவைல், பாகிஸ்தான் பிரதமர் நவாஸ் செரீஃப், பாகிஸ்தான் எதிர்க்கட்சித் தலைவர் பேனாசிர் பூட்டோ, பாலஸ்தீன அதிபர் யாஸிர் அரஃபாத் உள்ளிட்டோர், ராஜீவ் காந்தியின் இறுதிச் சடங்கில் பங்கேற்றனர்.

மெல்லிய தேகத்துடன், வெள்ளை நிற உடையில் இருந்த ராகுலின் கையில் எரியூட்டும் தீப்பந்தம் இருந்தது. ராஜீவின் உடலை ஏழு முறை சுற்றிவந்தார். மாலை மணி 5:25-க்கு, ராஜீவின் உடல் மீது வைக்கப்பட்டிருந்த சந்தனக் கட்டைகளில் எரியூட்டினார். சோனியா, பிரியங்கா, ராகுல் மூவரும் ராஜீவின் எரிந்துகொண்டிருக்கும் உடலைச் சுற்றிவந்தனர். சோனியா பலவீனமாக

இருந்தார். அவரைத் தேற்றி அரவணைத்தபடி நடந்துகொண்டிருந்தார் ராகுல். மே 26, ராஜீவின் அஸ்தியை கங்கை நதியில் கரைக்க ஏற்பாடு ஆகியிருந்தது. நதியின் நடுவில் அமைக்கப்பட்டிருந்த சிறிய மேடையில் ராகுல் அமர்ந்தபடி அஸ்தியைக் கரைத்துக்கொண்டிருந்தார். அருகில் நின்று அழுதுகொண்டிருந்த சோனியாவை திரும்பிப் பார்ப்பதும், அஸ்தியைக் கரைப்பதுமாக இருந்தார் ராகுல். அப்போதும் பிரியங்காதான் சோனியாவை ஆற்றுப்படுத்திக்கொண்டிருந்தார். எல்லாம் முடிந்து, மூவரும் கங்கை நதியில் கைகளை நனைத்துக்கொண்டு, படகில் கரை திரும்பிக்கொண்டிருந்தனர். ராகுல், சோனியாவின் மடியில் தலைவைத்துப் படுத்தபடி அழுதார். பிரியங்கா, சோனியாவை தன் தோளில் தாங்கிக்கொண்டிருந்தார்.

எந்த நிகழ்வு நடந்துவிடக் கூடாதென சோனியா அஞ்சினாரோ, அது இப்போது நடந்தேவிட்டது. இந்திரா காந்தி இறந்த 1984, அக்டோபர் 31 இரவு, ராஜீவிடம் பேசிக்கொண்டிருந்தார் சோனியா. உங்கள் உயிருக்கும் ஆபத்து வரக்கூடும். அரசியலில் நீங்கள் தலையிடாதீர்கள் என மன்றாடினார். ஆனால், ராஜீவ் தன் அரசியல் பயணத்தை உறுதி செய்துவிட்டவராக, நான் அரசியலில் இல்லாமல் போனாலும் கொல்லப்படுவேன் என சோனியா காந்தியிடம் சொன்னார். எப்போது வேண்டுமானாலும் கொல்லப்படலாம் என்று தெரிந்தும், அரசியல் களத்தில் ராஜீவ் தீவிரமாகச் செயல்பட்டார். இறுதியில், அந்தச் சம்பவம் நடந்துவிட்டது. ராஜீவுக்கு டெல்லியில் நினைவிடம் அமைக்கப்பட்டு, அந்த இடத்துக்கு வீர் பூமி எனப் பெயரும் சூட்டப்பட்டுவிட்டது.

ராஜீவ் படுகொலைக்குப் பின் – காங்கிரசும் சோனியாவும்

1947, டிசம்பர் 9-ஆம் தேதி, இத்தாலியில் உள்ள லூசியானா என்னும் சிறிய நகரத்தில் பிறந்தவர் சோனியா காந்தி. ரோமன் கத்தோலிக்கப் பாரம்பரியத்தைப் பின்பற்றி வளர்ந்தார். அந்தோணியா அல்பினா மைனோ என்பது அவரது இயற்பெயர். 1965-ல், மேற்படிப்புக்காக இங்கிலாந்து சென்றவர், கேம்பிரிட்ஜ் பல்கலைக் கழகத்தில் சேர்ந்தார். தினமும், வார்சிட்டி என்ற கிரேக்க உணவகத்துக்குச் செல்வார். அங்குதான், முதன்முதலாக ராஜீவ் காந்தியைச் சந்தித்தார். இருவரும் காதலிக்க ஆரம்பித்தனர். இரண்டு பேரின் பெற்றோர்களும் திருமணத்துக்குச் சம்மதித்தனர். 1968, ஜனவரி 13 அன்று டெல்லி வந்தார் சோனியா காந்தி. டெல்லியில் இருந்த அமிதாப் பச்சனின் பெற்றோர் வீட்டில் ஆறு வாரங்கள் தங்கவைக்கப்பட்டார். புதிய கலாசாரம், புதிய மொழி, புதிய தேசம் என எல்லாவற்றையும் புரிந்துகொள்ள அந்த நாட்கள்

அவருக்கு பெரிதும் உதவின. *1968*, பிப்ரவரி *25*-ஆம் தேதி, ராஜீவ் - சோனியா திருமணம் நடைபெற்றது. சோனியா, மெள்ள மெள்ள இந்திய வாழ்க்கைக்குப் பழகிக்கொண்டார். பிரியங்கா, ராகுல் பிறந்தனர். பொதுவாக, சோனியா அரசியலை விரும்பாதவராகவே இருந்தார். தனிப்பட்ட வாழ்க்கை சுதந்திரத்தை அவர் எப்போதும் எதிர்பார்த்திருந்தார். அதுதான் அவரது குணமும்கூட.

1984, அக்டோபர் *31*-ல், இந்திரா காந்தி தன்னுடைய மெய்க்காப்பாளர்களால் சுட்டுப் படுகொலை செய்யப்பட்டார். அப்போது, ராகுல் காந்திக்கு வயது *14*. பஞ்சாப் மக்களை ஒன்றிணைத்து, காலிஸ்தான் என்ற நாட்டை அமைக்க வேண்டும் என்று ஒரு தீவிரவாத அமைப்பு வலியுறுத்தி வந்தது. அரசுக்கும் அந்த அமைப்புக்குமான பல சுற்றுப் பேச்சுவார்த்தையில் எந்த முடிவும் எட்டப்படவில்லை. அந்த அமைப்பைச் சேர்ந்த தீவிரவாதிகள், அமிர்சரஸில் உள்ள சீக்கியர்களின் புனிதத்தலமான பொற்கோயிலில் பதுங்கி இருந்தனர். அவர்கள் மீது ராணுவ நடவடிக்கை எடுக்கும் முடிவுக்குத் தள்ளப்பட்டார் இந்திரா காந்தி. *1984*, ஜூன் *1* அன்று, பொற்கோவிலைச் சுற்றிவளைத்தது இந்திய ராணுவம். தீவிரவாதிகளை வெளியேறச் சொல்லி அறிவுறுத்தினர். அவர்களிடமிருந்து எந்தப் பதிலும் இல்லாததால், பொற்கோயிலுக்குள் இந்திய ராணுவம் நுழைந்தது. சீக்கிய தீவிரவாதிகள் மீது தாக்குதல் நடத்தப்பட்டது. அதற்கு 'ஆபரேஷன் புளூ ஸ்டார்' என்று பெயர். பொற்கோயிலில் ராணுவம் நுழைந்ததும், தாக்குதல் நடத்தியதும், புனிதத்தலம் சேதமடைந்ததும், சீக்கிய மதத்தினரிடையே கடும் கோபத்தை உண்டாக்கியது. தங்கள் இனத்துக்கு

மிகப்பெரிய இழுக்கு நேர்ந்துவிட்டதாக சீக்கியர்கள் கருதினர்.

ஆபரேஷன் புளூ ஸ்டார் நிகழ்வுக்குப் பிறகு, இந்திராவின் உயிருக்கு அச்சுறுத்தல் ஏற்பட்டது. அவருடைய பாதுகாப்புக் குழுவில் சீக்கியர்கள் இடம்பெறுவதைத் தவிர்க்க வேண்டுமென அறிவுறுத்தப்பட்டது. இந்திராவின் வீட்டில் பணி அமர்த்தப்பட்டிருந்த சீக்கியப் பாதுகாவலர்கள் மெள்ள விலக்கிக்கொள்ளப்பட்டனர். இந்தச் செயல், இந்திரா காந்திக்கு உறுத்தலாக இருந்தது. ஒரு இனத்துக்கு எதிரான தலைவராகத் தன்னை மக்கள் நினைத்துவிடுவார்களோ என்று கருதினார். அதனால், அவரது உத்தரவின் பேரில் சீக்கியர்கள் மீண்டும் பணியில் அமர்த்தப்பட்டனர். கூடுதல் பாதுகாப்பு ஏற்பாடாக, இந்திராவின் அருகில் பணியில் இருக்கும் சீக்கியப் பாதுகாவலருடன் வேறு ஒரு பாதுகாவலரும் பணியில் இருக்க வேண்டும் என்பது உத்தரவு பிறப்பிக்கப்பட்டது. அப்போதைய இந்திராவின் பாதுகாப்பு ஆலோசகரும் ரா அமைப்பின் முதல் தலைவருமான ராமேஸ்வர் நாத் காவ், இந்த உத்தரவைப் பிறப்பித்தார். ஆனால், பல பாதுகாப்பு நடவடிக்கைகளை மீறி, சத்வந்த் சிங், பியாந்த் சிங் என்ற இரு சீக்கியப் பாதுகாவலர்கள் தங்களது பணிப் பட்டியலை மாற்றி அமைத்துக்கொண்டனர். அந்தத் துயரச் சம்பவம் நடந்த அன்று, அந்த இரண்டு பேரும்தான் பணியில் இருந்தனர். இந்திரா தனது இல்லத்தில் இருந்து, அலுவலகத்துக்கு நடந்து சென்றுகொண்டிருந்தார். சத்வந்த் சிங், பியாந்த் சிங் இருவரின் கைகளில் இருந்த துப்பாக்கிகளில் இருந்து வெளிவந்த முப்பது குண்டுகள், இந்திராவின் உடலைத் துளைத்தன. ரத்தவெள்ளத்தில் சரிந்து

விழுந்தார் இந்திரா காந்தி. சுற்றியிருப்பவர்கள் என்ன நடக்கிறது எனச் சுதாரிப்பதற்குள், இந்தச் சம்பவம் நடந்து முடிந்துவிட்டது. வீட்டுக்குள் இருந்த சோனியா, சத்தம் கேட்டு வெளியே ஓடிவந்தார்.

இந்திராவை காரில் ஏற்றிக்கொண்டு எய்ம்ஸ் மருத்துவனைக்குச் சென்றனர். சோனியா, பின்னிருக்கையில் இந்திராவை தன் மடியில் படுக்கவைத்திருந்தார். அவரைக் காப்பாற்றிவிட முடியுமென்று நினைத்தார் சோனியா. இந்திராவைக் கொண்டுவரும் தகவல் மருத்துவமனைக்குத் தெரிவிக்கப்படவில்லை. எய்ம்ஸை அடைந்ததும் உள்ளே சென்று தகவல் தெரிவிக்கப்பட்டது. சிறிது நேரக் குழப்பத்துக்குப் பிறகு, அங்கிருந்த மருத்துவப் பணியாளர், ரத்தவெள்ளத்தில் காரில் இருந்த பிரதமர் இந்திரா காந்தியை அடையாளம் கண்டுகொண்டார். அடுத்த நிமிடம், மருத்துவமனை பரபரப்பானது. காலை பத்தரை மணிக்கு இதயவியல் மருத்துவர் உள்ளிட்ட பன்னிரெண்டு மூத்த மருத்துவர்கள், இந்திரா காந்திக்கு சிகிச்சை அளிக்கத் தொடங்கினர். ராஜீவ் அப்போது மேற்கு வங்கத்தில் சுற்றுப்பயணத்தில் இருந்தார். ராகுலும் பிரியங்காவும், பள்ளியிலிருந்து நேரடியாக வீட்டுக்கு அழைத்துச்செல்லப்பட்டனர். பாட்டிக்கு எதுவோ நடந்துவிட்டது.. ஆனால், என்ன நடந்தது, எங்கு இருக்கிறார் எனத் தெரியாமல் அழுதுகொண்டிருந்தனர். சோனியாவின் நண்பர் நைனா சிங், இருவருக்கும் ஆறுதல் சொல்லிக்கொண்டிருந்தார். மதியம் 2:20-க்கு, இந்திரா காந்தி இறந்துவிட்டதாக மருத்துவர்கள் அறிவித்தனர். இந்திராவின் அரசியல் ஆலோசகர் ராமேஸ்வர் நாத் காவ், அப்போது சீனத் தலைநகர் பெய்ஜிங்கில் இருந்தார். உடனடியாக இந்தியா திரும்பிய அவர்,

பாதுகாப்புக் குறைபாடுகளுக்குப் பொறுப்பேற்று அப்போதே தன் பதவியை ராஜினாமா செய்தார்.

அதன்பிறகு, சீக்கியர்களுக்கு எதிராக நாடு முழுவதும் பல இடங்களில் கலவரங்கள் வெடித்தன. சீக்கியர்களின் மீது தொடர் தாக்குதல்கள் நடத்தப்பட்டன. தலைநகர் டெல்லியில் மட்டும் மூவாயிரத்துக்கும் அதிகமான சீக்கியர்கள் கொல்லப்பட்டார்கள். கலவரங்களைக் கட்டுப்படுத்த மத்திய அரசு எந்த முயற்சியும் எடுக்கவில்லை என்ற குற்றச்சாட்டும் எழுந்தது. அது குறித்து ராஜீவிடம் பத்திரிகையாளர்கள் கேட்டபோது, பெரிய மரம் விழுந்தால் நிலம் அதிரத்தான் செய்யும் என்று பதில் சொன்னார். இந்தப் பதில், அரசின் மீதான குற்றச்சாட்டுகளுக்கு மேலும் வலு சேர்த்தது. நேரு குடும்பம் மீதான பாதுகாப்பு குறித்த அச்சம் மேலும் கேள்விக்குறியானது. இதையடுத்து, எஸ்.பி.ஜி. எனப்படும் சிறப்புப் பாதுகாப்புக் குழு உருவாக்கப்பட்டது. ராஜீவ் காந்தியின் குடும்பத்துக்கான பாதுகாப்பு, எஸ்.பி.ஜி அமைப்பின் கரங்களில் ஒப்படைக்கப்பட்டது.

இந்திராவின் படுகொலைக்குப் பின்னர், காங்கிரஸின் அடுத்த தலைவர் யார் என்ற கேள்வி இயல்பாகவே எழுந்தது. இந்த முறை, ராஜீவ் முடிவெடுக்க அதிக நேரம் எடுத்துக்கொள்ளவில்லை. சோனியா எவ்வளவு எடுத்துச் சொல்லியும், ராஜீவ் தன் முடிவில் தீவிரமாக இருந்தார். சோனியாவைப் போலவே, ராகுலுக்கும் பிரியங்காவுக்கும் ராஜீவின் தீவிர அரசியல் முடிவு சரியாகப்படவில்லை.

ஆரம்பத்தில், ராஜீவுக்கும்கூட அரசியலில் துளியும் விருப்பமில்லை. இந்திராவின் இளைய மகன் சஞ்சய்

காந்திதான், அம்மாவுக்கு அரசியலில் பக்கபலமாக இருந்தார். 1977-ஆம் ஆண்டு, எமர்ஜென்ஸி அறிவிக்கப்பட்டது. இந்திய ஜனநாயகத்தின் கருப்புப் பக்கமாக என்றும் நிலைத்திருக்கப்போகும் அந்த உத்தரவை அறிவிக்க, சஞ்சய்யும் மிக முக்கியக் காரணமாக இருந்தார் என்பதை மறுக்க முடியாது. சஞ்சய் காந்தியின் போக்கு ஜனநாயக முறையில் இல்லை என்றாலும், அவரே இந்திராவின் அரசியல் வாரிசாக அறியப்பட்டார். 1980, ஜூன் 23 அன்று, டெல்லி விமான நிலையத்துக்கு அருகே விமானப் பயிற்சியில் ஈடுபட்டிருந்தார் சஞ்சய் காந்தி. எதிர்பாராதவிதமாக அந்த விமானம் விபத்தில் சிக்கியது. சஞ்சய் காந்தியும் அவருடன் பயணம் செய்த மற்றொரு விமானியும் சம்பவ இடத்திலேயே உயிரிழந்தனர். அப்போது, மனைவி மற்றும் குழந்தைகளுடன் இத்தாலியில் இருந்தார் ராஜீவ் காந்தி. அனைவரும் உடனே இந்தியா திரும்பினர். ராகுலுக்கு அப்போது பத்து வயது.

இந்திராவுக்கு அரசியலில் பெரும் உதவியாக இருந்தவர் சஞ்சய் காந்தி. அவரின் இறப்புக்குப் பிறகு வெறுமையான சூழல் நிலவியது. அனைவரின் கவனமும் ராஜீவின் பக்கம் மெள்ள திரும்பியது. இந்திராவுக்கு அரசியலில் உதவ ராஜீவைத் தவிர வேறு யாரும் இல்லை என்ற சூழல். இந்திராவுக்கும் ராஜீவின் அருகாமை அவசியமாகப் பட்டது. ஆனால், ராஜீவுக்கு அப்போதும் அரசியலில் விருப்பமில்லை. பல்வேறு காங்கிரஸ் தலைவர்கள், ராஜீவிடம் பேசினர். ஆனால் அவரிடம் இருந்து சாதகமான பதில் வரவில்லை. சோனியாவுக்கும் அதில் விருப்பம் இருக்கவில்லை. இறுதியில், காங்கிரஸாரின் தொடர் முயற்சிகளுக்குப் பலன் கிடைத்தது. சஞ்சய் காந்தி

இறந்த பத்து மாதத்தில், அவர் வெற்றிபெற்ற அமேதி தொகுதி இடைத்தேர்தலில் போட்டியிடப்போவதாக அறிவித்தார் ராஜீவ். அதற்காக, இந்தியன் ஏர்லைன்ஸில் விமானியாகப் பணியாற்றிவந்த ராஜீவ், அந்தப் பணியை ராஜிநாமா செய்தார்.

சஞ்சய் காந்தியின் இறப்புக்குப் பிறகு அரசியலில் தனக்கு முக்கியத்துவம் அளிக்கப்படும் என நினைத்த மேனகாவுக்கு அந்த வாய்ப்பு வழங்கப்படவில்லை. அரசியலில், ராஜீவ்தான் இந்திராவின் அடுத்த வாரிசு என்பது வெளிப்படையாகத் தெரிய ஆரம்பித்தது. ஆரம்பத்தில் இருந்தே மேனகாவால் இந்திராவோடு ஒத்துப்போக முடியவில்லை. பல்வேறு சூழ்நிலைகளால், மேனகாவுக்கும் காந்தி குடும்பத்துக்குமான விரிசல் அதிகரித்தபடி இருந்தது. 1982-ஆம் ஆண்டு, நேரு குடும்பத்திலிருந்து மகன் வருண் காந்தியுடன் வெளியேறினார் மேனகா. அதன்பின்னர், மேனகாவும் வருண் காந்தியும் பாரதிய ஜனதா கட்சியில் சேர்ந்து, காங்கிரஸுக்கு எதிராகவும், நேரு குடும்பத்துக்கு எதிராகவும் அரசியல் செய்யத் தொடங்கினர்.

ராஜீவ் காந்திக்கு அரசியலில் ஈடுபட வேண்டிய கட்டாயம் வந்தபோது, சோனியாவுக்கு அதில் விருப்பமே இல்லை. எப்போதும் இல்லாத அளவுக்கு ராஜீவுக்கும் சோனியாவுக்குமான உறவில் பதற்றம் உருவானது. தங்களுடைய குழந்தைகளின் வாழ்க்கை, அவர்களின் சுதந்திரம், ராஜீவின் தனிப்பட்ட விருப்பம் ஆகியவற்றைக் கருத்தில் கொண்டு, அரசியல் வேண்டாம் என்றார் சோனியா. ஆனால், இந்திராவுக்கு ராஜீவின் உதவி மிகவும் தேவைப்பட்டது. அதனால், அதற்கெதிரான முடிவை எடுப்பது சரியாக இருக்காது என்பது சோனியாவுக்குப் புரிந்தது. இதன் காரணமாக,

வேறு வழியின்றி ராஜீவின் அரசியல் முடிவுக்கு சம்மதிக்கவேண்டி இருந்தது.

ராஜீவ் அரசியல் சுற்றுப்பயணம் மேற்கொள்ளும் போதெல்லாம் சோனியாவும் உடன் செல்வது வழக்கமானது. ராஜீவ் பிரதமராக இருந்தபோது, 50-க்கும் மேற்பட்ட வெளிநாட்டுப் பயணங்களுக்கு அவரோடு சென்றிருக்கிறார். அமேதி தொகுதியில் ராஜீவ் வெற்றிபெற்ற பிறகு, சோனியா அடிக்கடி அங்கு சென்றார். சோனியாவுக்கு அந்தத் தொகுதி பழக்கமான இடமாக மாறியது. ராஜீவ் வேறு பணிகளில் இருக்கும்போது, சோனியா தனியாகவே அமேதி தொகுதிக்குச் சென்றுவரத் தொடங்கினார். உள்ளூர் மக்களின் பேச்சு வழக்கு சோனியாவுக்குப் புதிதாக இருந்தது. மக்களுடன் சரளமாகப் பேசுவதில் தடங்கல் இருந்தாலும், அவர்களுடைய பிரச்னைகளைப் புரிந்துகொண்டார். அவர்களுடைய கைகளைப் பற்றிக்கொண்டு, உங்கள் பிரச்னைகள் தீர்க்கப்படும் என உறுதி அளித்தார். மெள்ள மெள்ள, ஆவ்தி என்னும் அந்த உள்ளூர் பேச்சுவழக்கை புரிந்துகொள்ள ஆரம்பித்தார் சோனியா. சில நாட்களிலேயே, சோனியாவின் வாழ்க்கை முறை மாற ஆரம்பித்தது.

ஸ்ரீபெரும்புதூர் குண்டுவெடிப்புக்கு முன்னரே, இரண்டு முறை நடைபெற்ற கொலை முயற்சிகளில் இருந்து தப்பித்திருந்தார் ராஜீவ் காந்தி. முதல்முறை, 1986 அக்டோபரில் டெல்லியில் நடைபெற்ற துப்பாக்கிச்சூட்டில் இருந்து தப்பினார். இரண்டாவது முயற்சி, 1987 ஜூலையில் கொழும்புப் பயணத்தின்போது நடந்தது. அணிவகுப்பின்போது, ஒரு சிங்கள ராணுவ வீரர் அவரைத் தாக்க முற்பட்டபோது அதிலிருந்து தப்பினார். இரண்டு

முறையும், ராஜீவுடன் சோனியா காந்தி இருந்தார். பாலஸ்தீன அதிபர் யாஸிர் அரஃபாத்தும் ராஜீவ் காந்தியின் உயிருக்கு ஆபத்து இருப்பதாக ராஜீவை எச்சரித்திருந்தார். ஒரு தொலைக்காட்சிப் பேட்டியின்போது, ராஜீவ் எப்போது காலையில் வெளியே சென்றாலும், மீண்டும் பத்திரமாகத் திரும்பி வருவாரா என்னும் கேள்வியுடனேயே நானும் குழந்தைகளும் காத்திருப்போம் என்று தெரிவித்தார் சோனியா காந்தி. ராஜீவ் காந்தியின் மரணத்துக்குப் பிறகு, அவருடைய பாதுகாப்பு ஏற்பாடுகளில் குறைபாடு இருந்ததா என்பதை விசாரிக்க, நீதிபதி ஜகதீஸ் சரன் வர்மா தலைமையில் விசாரணை ஆணையம் அமைக்கப்பட்டது. 1992-ஆம் ஆண்டு, வர்மா கமிஷன் தனது அறிக்கையைச் சமர்ப்பித்தது. உண்மையில், ராஜீவ் காந்தி பிரதமராகப் பொறுப்பேற்ற நாளில் இருந்தே அவரது உயிருக்கு ஆபத்து இருந்தது. அது அவர் படுகொலை செய்யப்படும் வரையும் தொடர்ந்தது. அவருக்கு சிறப்புப் பாதுகாப்புக் குழுவின் கீழ் பாதுகாப்பு அவசியமானதாக இருந்தது. ஆனால், அவருக்கு சிறப்புப் பாதுகாப்புக் குழுவின் கீழ் வழங்கப்பட்டு வந்த பாதுகாப்பு, 1990 பிப்ரவரியில் மத்திய அரசால் விலக்கிக்கொள்ளப்பட்டது.

ராஜீவ் படுகொலை செய்யப்பட்ட மறுநாள், தலைமை இல்லாமல் தவித்த கட்சியைத் தலைமையேற்று நடத்த சோனியாவிடம் கோரிக்கை வைத்தது காங்கிரஸ். அப்போது, முதல் கட்டத் தேர்தல் மட்டுமே நடந்து முடிந்திருந்தது. ராஜீவின் மரணத்தை அடுத்து, அடுத்தகட்டத் தேர்தல்கள் ஒத்திவைக்கப்பட்டன. இந்திரா இறந்தபோது நடந்த வன்முறை இப்போது நடக்கக் கூடாதென நினைத்தது அரசு. முன்கூட்டியே, டெல்லி மற்றும் அதனைச் சுற்றிலும் பாதுகாப்புக்காக

ராணுவம் குவிக்கப்பட்டு இருந்தது. ராஜீவ் இறந்த இருபத்து நான்கு மணி நேரத்துக்குள்ளாக சோனியாவைக் கட்சியின் தலைவராகத் தன்னிச்சையாக தேர்வு செய்து அறிவித்தது, காங்கிரஸ் காரியக் கமிட்டி. அவரிடம் முன்அனுமதி எதுவும் பெறவில்லை. கட்சிக்குள்ளேயே அடுத்த தலைவருக்கான தேவையற்ற போட்டி வந்துவிடக் கூடாது என நினைத்ததும் ஒரு காரணம். சோனியா அந்தப் பொறுப்பை ஏற்றிருந்தால், நேரு குடும்பத்திலிருந்து ஐந்தாவது காங்கிரஸ் தலைவராக ஆகியிருப்பார். இன்னும் சொல்லப்போனால், அவர் பிரதமராகவும் தேர்ந்தெடுக்கப்பட்டிருக்கக் கூடிய வாய்ப்பும் அமைந்திருக்கும். சோனியா காந்தி அவசரப்படவில்லை. காங்கிரஸாரின் உணர்வுகளை மதித்தார். ஆனால், தலைமைப் பொறுப்பை ஏற்கும் நிலையில் அப்போது அவர் இல்லை. அதனால், காங்கிரஸ் காரியக் கமிட்டியின் அந்த முடிவை ஏற்க மறுத்தார் சோனியா. மிகவும் உடைந்துபோயிருந்தேன் நான். எதைப்பற்றியும் யோசிக்கும் மனநிலையில் நான் அப்போது இல்லை என, பின்னாளில் இந்தச்சம்பவத்தை நினைவுகூர்ந்தார் சோனியா. ராஜீவின் இழப்பிலிருந்து மீள அவருக்குச் சிறிது காலஅவகாசம் தேவைப்பட்டது. காங்கிரஸ் தலைவர் பதவியை மறுத்துவிட்ட பிறகும், காங்கிரஸ் தலைவர்கள் தொடர்ந்து சோனியாவை வற்புறுத்தி வந்தனர். 1984, செப்டம்பர் 11 அன்று, ராஜீவ் நாடாளுமன்ற உறுப்பினராக இருந்த அமேதி தொகுதிக்கு இடைத்தேர்தலை அறிவித்தது தேர்தல் ஆணையம். சோனியாவை வேட்பாளராக அறிவிக்கக் கேட்டு, காங்கிரஸ் தொண்டர்கள் குரல் எழுப்பினர். அப்போதும், சோனியா அரசியல் வேண்டாம் என்று விலகியே இருந்தார். சோனியாவின் இந்த

முடிவை மதித்த ராகுலும் பிரியங்காவும், அவருக்கு ஆதரவாகவே இருந்தனர். தொடர்ந்து வற்புறுத்திய சில காங்கிரஸ் தலைவர்களை பிரியங்கா காந்தி கடிந்துகொண்டார்.

1991 தேர்தல் முடிவுகள், தொங்கு நாடாளுமன்றம் அமைய வழிவகுத்தது. எந்தக் கட்சிக்கும் பெரும்பான்மை இடங்கள் கிடைக்கவில்லை. ஆனால், காங்கிரஸ் அதிக இடங்களைப் பெற்றதால் ஆட்சி அமைக்க முன்வந்தது. பிரதமர் பதவிக்கு பி.வி. நரசிம்ம ராவைத் தேர்ந்தெடுத்தது காங்கிரஸ். அவர், நேரு குடும்பத்தைச் சாராத இரண்டாவது பிரதமரானார். நரசிம்ம ராவ், இந்திராவுக்கு விசுவாசியாக இருந்தவர். உடல்நிலையின் காரணமாகத் தீவிர அரசியலில் இருந்து அப்போது விலகி இருந்தார். அதேநேரத்தில், அனைவரையும் அரவணைத்துச் செல்லக்கூடிய தலைவராக பி.வி. நரசிம்ம ராவ் இருப்பார் எனக் காங்கிரஸின் மூத்த தலைவர்கள் நினைத்தனர். பிரதமராகப் பதவியேற்றதும் அவர் சந்தித்த முதல் சிக்கல், நாட்டின் பொருளாதார நெருக்கடி. உலக வங்கிகளில் பணிபுரிந்த அனுபவம் கொண்ட மன்மோகன் சிங், நிதி அமைச்சராகப் பொறுப்பேற்றார். நெருக்கடியைச் சமாளிக்க பல்வேறு அதிரடி நடவடிக்கைகளை மேற்கொண்டார் மன்மோகன் சிங். வெளிநாட்டு முதலீடுகள் வரவேற்கப்பட்டன. அதற்கான சட்ட நடைமுறைகளை எளிமையாக்கினார். அரசு பொறுப்பேற்று நடத்திய சில நிறுவனங்கள் தனியாருக்கு விற்கப்பட்டன. உலகமயமாக்கல் கொள்கை ஊக்குவிக்கப்பட்டது.

ராஜீவ் காந்தி இறந்த அனுதாப அலையால், *1991-*ஆம் ஆண்டு நடைபெற்ற தமிழக சட்டப்பேரவைத்

தேர்தலில் அதிமுக பெரும் வெற்றியைப் பெற்றது. காங்கிரஸுடன் அதிமுக கூட்டணி அமைத்திருந்தது. திமுக படுதோல்வியைச் சந்தித்தது. கருணாநிதி மட்டுமே வெற்றிபெற்றார். முதல்முறையாக, தமிழகத்தின் முதல்வர் ஆனார் ஜெயலலிதா. மதுரையில், தேர்தல் வெற்றி விழா மாநாட்டை நடத்தினார் ஜெயலலிதா. அப்போது பேசிய ஜெயலலிதா, அதிமுக வெற்றிபெற்றதற்கு ராஜீவின் அனுதாப அலை காரணம் இல்லை எனப் பேசினார். இது, கூட்டணிக் கட்சியான காங்கிரஸுக்கு அதிர்ச்சியைக் கொடுத்தது. இதையடுத்து, அதிமுக - காங்கிரஸ் கூட்டணியில் விரிசல் உண்டானது. இருப்பினும், மத்தியில் இருந்த காங்கிரஸ் ஆட்சியாளர்கள் ஜெயலலிதாவோடு இணக்கமாக இருந்தனர். 1995-ஆம் ஆண்டு ஜனவரி மாதம், எட்டாவது உலகத் தமிழ் மாநாடு தஞ்சாவூரில் நடந்தது. அதில், பிரதமர் நரசிம்ம ராவ் கலந்துகொண்டார். பிரதமரின் இந்தச் செயல், தமிழக காங்கிரஸ் தலைவர்களைக் கோபம் கொள்ளச் செய்தது. 1996-ஆம் ஆண்டு, தமிழகத்தில் காங்கிரஸ் தலைவராக குமரி அனந்தன் இருந்தார். தமிழக சட்டப்பேரவைக்கு நடைபெற்ற தேர்தலில், அதிமுகவோடு மீண்டும் கூட்டணி வைத்துக்கொள்ள அவருக்கு விருப்பமில்லை. ஆனால், அதிமுக - காங்கிரஸ் இடையே கூட்டணி அமைந்துவிட்டதாக டெல்லி தலைமை அறிவித்தது. தமிழக காங்கிரஸ் தலைவர்களிடையே கொந்தளிப்பை ஏற்படுத்தியது அந்த அறிவிப்பு. அதிமுகவுக்கு ஆதரவாகப் பிரசாரம் செய்யப்போவதில்லை என்று அறிவித்தார் மூப்பனார். சத்தியமூர்த்தி பவனில் காங்கிரஸ் கொடி இறக்கப்பட்டு, கறுப்புக் கொடி ஏற்றப்பட்டது. ப. சிதம்பரம், பீட்டர் அல்போன்ஸ், எஸ்.ஆர்.

பாலசுப்ரமணியம் போன்ற தலைவர்கள், மூப்பனாரின் பின் அணிவகுத்தனர். தமிழ் மாநில காங்கிரஸ் என்ற புதிய கட்சி தொடங்கப்பட்டது. திமுக - தமாகா கூட்டணி உருவானது. இந்தக் கூட்டணிக்கு ஆதரவாக ரஜினிகாந்த் பிரசாரம் செய்தார். தேர்தலில், திமுக - தமாகா கூட்டணி மாபெரும் வெற்றியைப் பெற்றது. எப்போது அரசியலுக்கு வருவார் என எப்போதும் கேட்கப்பட்ட ரஜினிகாந்தின் வெளிப்படையான முதல் மற்றும் கடைசி அரசியல் பங்களிப்பு இதுதான்.

காங்கிரஸ் தலைமையை, நேரடி அரசியலைத்தான் சோனியா மறுத்தாரே தவிர, ராஜீவின் கனவை, அவர் நிறைவேற்ற நினைத்த திட்டங்களைத் தொடர்ந்து செயல்படுத்த நினைத்தார். ராஜீவ் இறந்து சரியாக ஒரு மாதத்தில், *1991*, ஜூன் *21* அன்று, ராஜீவ் ஃபவுண்டேஷன் என்னும் அமைப்பு உதயமானது. அறிவியல், தொழில்நுட்பம், பெண்களின் வளர்ச்சி சார்ந்த திட்டங்களை முன்னெடுப்பதற்காக அந்த அமைப்பு உருவாக்கப்பட்டது. அறக்கட்டளையை நிர்வகிக்க எட்டு பேர் கொண்ட அறங்காவலர் குழு ஒன்று அமைக்கப்பட்டது. சோனியா, ராகுல், பிரியங்கா, சுனில் நேரு, சங்கர் தயாள் சர்மா, அமிதாப் பச்சன் உள்ளிட்டோர் அதில் இடம்பெற்றனர். ராஜீவ் ஃபவுண்டேஷன் முன்னெடுக்கும் அனைத்து செயல்பாடுகளுக்கும் முன்னுரிமை அளித்துவந்தார் நரசிம்ம ராவ். ராஜீவ் ஃபவுண்டேஷனுக்காக அரசாங்கத்தில் இருந்து நிதியை ஒதுக்க முன்வந்தார். ஆனால், சோனியா அதனை ஏற்க மறுத்துவிட்டார். தனியாக, சுதந்திரமாகச் செயல்படும் அமைப்பாக அது இருக்க வேண்டும் என விரும்பினார். டாடா, ரிலையன்ஸ் உள்ளிட்ட பல நிறுவனங்கள் நிதியுதவி அளித்தன. நிதியை முறையாகக் கையாள்வது

குறித்தும், எதில் எப்படி முதலீடு செய்வது குறித்தும் ப. சிதம்பரம் ஆலோசனை வழங்கினார். ராஜீவ் ஃபவுண்டேஷன் அமைப்பு மூலம் சோனியா மேற்கொண்ட நடவடிக்கைகள், அவரது தலைமைப் பண்பையும், சூழலைக் கையாளும் விதத்தையும் மெருகேற்றின. எதிர்காலத்தில், அரசியலுக்கு வர வேண்டிய தேவை ஏற்படுமானால், அதற்காகக் கற்றுக்கொள்ள வேண்டிய அனைத்தையும் கற்கும் வாய்ப்பாக அந்தச் சூழல் இருந்தது. பலதுறை வல்லுநர்களை உள்ளடக்கிய உயர்மட்டக் குழுவைப் பொறுப்போடு நடத்தினார்.

1991 ஜூன் 17-ஆம் தேதி, ராஜீவ் காந்திக்கு இந்தியாவின் உயரிய விருதான பாரத ரத்னா விருது அறிவிக்கப்பட்டது. ஜூலை 6-ஆம் தேதி, குடியரசுத் தலைவர் மாளிகையில் நடைபெற்ற விழாவில், சோனியா காந்தி அந்த மரியாதையை ஏற்றுக்கொண்டார்.

1992 டிசம்பர் 6-ஆம் தேதி, அயோத்தியில் நடைபெற்ற பாபர் மசூதி இடிப்புச் சம்பவம்.. அதைத் தொடர்ந்து நாடு முழுவதும் நேர்ந்த வன்முறைகள்.. மத்தியில் இருந்த காங்கிரஸ் அரசு அவற்றைக் கையாண்ட விதம் அனைத்தும் சோனியாவுக்குக் கோபத்தை ஏற்படுத்தின. செயல்படாத பிரதமர் என நரசிம்ம ராவ் ராக கடும் விமரிசனத்துக்கு உள்ளானார். ராஜீவ் ஃபவுண்டேஷன் மூலம், அயோத்தி மக்களுக்கு நிவாரண உதவிகளைச் செய்ய உத்தரவிட்டார் சோனியா. அப்போது, உத்தர பிரதேச மாநிலத்தில், கல்யாண்சிங் தலைமையிலான பாஜக அரசு ஆட்சியில் இருந்தது. மத்திய அரசு நினைத்திருந்தால், பாபர் மசூதி இடிப்புச் சம்பவத்தைத் தடுத்திருக்க முடியும். ஆனால் செய்யவில்லை. அதனால், காங்கிரஸ்

மீதான சிறுபான்மை மக்களின் நம்பிக்கை முற்றிலும் தகர்ந்துபோனது. இந்தியாவில், தங்களுடைய பாதுகாப்புக்கு மிகப்பெரிய அச்சுறுத்தல் இருப்பதாக அவர்கள் உணர்ந்தனர்.

சோனியா, நேரடி அரசியலில் இருந்து விலகியே இருந்தார். ஆனாலும், காங்கிரஸ் அவரை விடுவதாக இல்லை. பல காங்கிரஸ் தலைவர்கள், முதல்வர்கள், சோனியாவின் இல்லத்துக்கு வந்து பேசிச் சென்றுகொண்டிருந்தனர். கட்சிக்குள்ளும் ஆட்சியிலும் என்ன நடக்கிறது என்பதை, சோனியாவிடம் அவர்கள் புகார் வாசித்தனர். காங்கிரஸ் தலைவர்களில், நரசிம்ம ராவுக்கு ஆதரவான ஒரு பிரிவினர் இருந்தனர். சோனியாவை ஆதரிக்கும் தலைவர்களும் இருந்தனர். நரசிம்ம ராவின் தலைமை மீது கலவையான விமரிசனங்கள் இருந்தாலும், காங்கிரஸ் கொஞ்சம் கொஞ்சமாக வலுவிழந்துகொண்டே வந்தது. சோனியாவுக்கும், நரசிம்ம ராவுக்கும் இடையிலான விரிசல், நாளுக்கு நாள் அதிகரித்துவந்தது. காங்கிரஸில் இரண்டு பிரிவுகள் இருப்பது வெளிப்படையாகத் தெரிந்தது. கட்சியில் இல்லாத சோனியா, கட்சிக்குள் பெரும் பலம் பொருந்தியவராக மாறிக்கொண்டிருந்தார். காலப்போக்கில், பொதுவெளியில் பேசுபொருளாகும் அளவுக்கு நிலைமை போனது.

ராஜீவ் இறந்த நான்கு ஆண்டுகள், வெளிப்படையான எந்த அரசியல் நடவடிக்கையிலும் சோனியா ஈடுபடவில்லை. நான்கு ஆண்டுகளுக்குப் பிறகு, 1995 ஆகஸ்டு 24-ஆம் தேதி அமேதிக்குச் சென்றார் சோனியா. பிரியங்காவும் அப்போது உடன் இருந்தார். மக்கள் மத்தியில் சோனியா உரையாற்றினார். ராஜீவ் படுகொலை விசாரணையின் தாமதத்துக்கு

பிரதமர் நரசிம்ம ராவை வெளிப்படையாகக் குற்றம் சாட்டினார். காங்கிரஸ் கட்சி பிளவுபட்டிருப்பதைப் பற்றியும் அதே கூட்டத்தில் குறிப்பிட்டார். இந்தப் பிளவே, 1996-ஆம் ஆண்டு தேர்தலில் காங்கிரஸ் தோல்வியைத் தழுவவும் ஒருவகையில் காரணமாக இருந்தது.

1996-ஆம் ஆண்டும், தொங்கு நாடாளுமன்றம் அமைந்தது. வாஜ்பாய், எச்.டி. தேவகவுடா, ஐ.கே. குஜ்ரால் என காங்கிரஸ் கட்சியைச் சாராத மூன்று பிரதமர்கள் ஆட்சி அமைத்தனர். எச்.டி. தேவகவுடா, ஐ.கே. குஜ்ரால் அரசுகளுக்கு, காங்கிரஸ் வெளியில் இருந்து ஆதரவு அளித்தது. ஐ.கே. குஜ்ரால் பிரதமராக இருந்த சமயத்தில்தான், ராஜீவ் காந்தி கொலை வழக்கை விசாரித்துவந்த ஜெயின் கமிஷன் அறிக்கை வெளியானது. அந்த அறிக்கையில், திமுக, விடுதலைப் புலிகளுக்கு ஆதரவான கட்சி என குறிப்பிடப்பட்டிருந்தது. இதைச் சுட்டிக்காட்டி, மத்திய அமைச்சரவையில் இருந்து திமுகவை வெளியேற்ற வேண்டும் என கோரிக்கை வைத்தது காங்கிரஸ். அதனை குஜ்ரால் ஏற்காததால், அவரது அரசுக்கு அளித்துவந்த ஆதரவை நவம்பர் 28-ல் காங்கிரஸ் திரும்பப் பெற்றுக்கொள்ள, குஜ்ரால் அரசு கவிழ்ந்தது.

மத்தியில், நிலையற்ற அரசாங்கங்கள் ஆட்சி செய்யும் காலமாக அது இருந்தது. பழைமையான காங்கிரஸ் கட்சிக்குள்ளும் அப்படியான நிலைமையே நீடித்தது. 1885-ல் இருந்து தொடர்ந்து வென்றுகொண்டிருந்த காங்கிரஸ், பெரும் தடுமாற்றத்தைச் சந்தித்த சூழலில்தான், சோனியா தனது அரசியல் பிரவேசத்தை அறிவித்தார். காங்கிரஸ் தலைவர்களின் தொடர் வற்புறுத்தல் காரணமாக காங்கிரஸுக்காகப்

பிரசாரம் செய்யும் முடிவை எடுத்தார். அதற்கான அறிவிப்பை, *1997* டிசம்பர் *28*-ம் தேதி நடைபெற்ற காங்கிரஸின் *112*-வது ஆண்டு விழாவில் அறிவித்தார். எப்போதும்போல, ராகுலையும் பிரியங்காவையும் கலந்து ஆலோசித்த பிறகே இந்த முடிவை எடுத்தார் சோனியா. காங்கிரஸ் மோசமான பாதையில் செல்லும்போது, அதை கோழைத்தனமாக வேடிக்கை பார்த்துக்கொண்டிருக்க விரும்பவில்லை என, அதற்கான காரணத்தைப் பின்னாளில் சொன்னார். காங்கிரஸ் தொண்டர்கள் மிகுந்த உற்சாகம் அடைந்தனர்.

1998 ஜனவரி *11*, ராஜீவ் கொல்லப்பட்ட ஸ்ரீபெரும்புதூரிலிருந்து தன் முதல் தேர்தல் பிரசாரத்தைத் தொடங்கினார் சோனியா காந்தி. பிரியங்காவும் அந்தப் பிரசாரத்தில் பேசினார். அவருக்கு, மக்களின் ஆதரவு பெருமளவு இருந்ததை காங்கிரஸ் தலைவர்கள் கவனித்தனர். சோனியாவும் பிரியங்காவும் செல்லும் இடங்களிலெல்லாம் பெரும் கூட்டம் கூடியது. ஆனால், பலம் பொருந்திய எதிர்க்கட்சிகளைத் தோற்கடிக்க அதுமட்டுமே போதுமானதாக இல்லை. பாரதிய ஜனதா கட்சி, சோனியாவை வெளிநாட்டுக்காரர் என்று பிரசாரம் செய்தது. அக் கட்சி, ராமஜென்ம பூமி அரசியலைத் தீவிரமாகக் கையில் எடுத்தது. தேர்தலில், காங்கிரஸை விட *0.13* சதவீத வாக்குகள் மட்டுமே குறைவாகப் பெற்ற பாரதிய ஜனதா கட்சி, *182* இடங்களைக் கைப்பற்றியது. காங்கிரஸ் *141* இடங்களில் மட்டுமே வெற்றிபெற்றது. அறுதிப்பெரும்பான்மை கிடைக்கவில்லை என்றாலும், காங்கிரஸை ஆட்சிக் கட்டிலில் இருந்து இறக்கி, கூட்டணிக் கட்சிகளின் துணையோடு ஆட்சி அமைக்க பாரதிய ஜனதாவுக்கு

அந்த எண்ணிக்கை போதுமானதாக இருந்தது. தேசிய ஜனநாயகக் கூட்டணி சார்பில், பிரதமராக வாஜ்பாய் பதவி ஏற்றார். உத்தர பிரதேசம் மற்றும் பீகாரில் காங்கிரஸின் வாக்கு சதவீதம் வெகுவாகக் குறைந்திருந்தது. மதம் மற்றும் சாதியை முன்னிறுத்தி எதிர்க்கட்சிகள் செய்த அரசியலே இதற்குக் காரணம் எனச் சொல்லப்பட்டது. சோனியாவும், காங்கிரஸாரிடம் இதைப்பற்றிப் பேசினார். தலித் மற்றும் பிற்படுத்தப்பட்ட மக்களின் நலனுக்கான அரசியலைக் காங்கிரஸ் முன்னெடுக்கவில்லை. குறிப்பாக, வடஇந்திய மாநிலங்களில் காங்கிரஸ் இதைச் செய்யத் தவறிவிட்டது. இதுதான் உத்தர பிரதேசம் மற்றும் பீகாரில் காங்கிரஸ் பின்னடைவைச் சந்திக்க பிரதானமான காரணம். மக்களின் வளர்ச்சிக்கும் உணர்வுகளுக்கும் நாம் உரிய கவனம் செலுத்தத் தவறியதன் விளைவே இந்தத் தோல்வி. வாக்குறுதிகளைக் கொடுப்பது மட்டுமல்லாமல், அவர்களுக்கான சரியான தீர்வை நோக்கி நாம் செயல்பட்டாக வேண்டும் என்று சோனியா பேசினார்.

1998-ல், காங்கிரஸ் கட்சியின் தலைவராகப் பொறுப்பேற்றார் சோனியா காந்தி. வாஜ்பாய் அரசுக்கு அளித்துவந்த ஆதரவை அதிமுக விலக்கிக்கொள்ள, பதினான்கு மாதங்களில் பாரதிய ஜனதா தலைமையிலான கூட்டணி ஆட்சி முடிவுக்கு வந்தது. ஜெயலலிதாவுடன் டீ-பார்ட்டியில் சோனியா கலந்துகொண்ட பின்னர் இது நடந்தது. 1999-ல், மீண்டும் ஒரு தேர்தலுக்கு இந்தியா தயாரானது. கடந்த தேர்தல் ஏற்பட்ட தோல்விக்கு, அப்போதைய காங்கிரஸ் தலைவர் சீதாராம் கேசரி பழி சுமந்தார். ஆனால் இந்தமுறை, வெற்றியோ தோல்வியோ.. சோனியாவே பொறுப்பேற்கும் சூழல்.

இந்தமுறையும், தேர்தல் களத்தில் அம்மாவுக்குத் துணையாக நின்றார் பிரியங்கா. சோனியாவின் அனைத்துப் பேச்சுகளையும் பிரியங்காவே தயார் செய்தார். வெளிநாட்டில் வேலை பார்த்துக்கொண்டிருந்த ராகுலும் இந்தியா வந்தார். இக்கட்டான சூழலில், சோனியாவுக்கு அவர்கள் இருவரும்தான் துணையாக இருந்தனர். மொத்த தேசமும், பிரியங்காவை உற்றுக் கவனித்துக்கொண்டிருந்தது.

காங்கிரஸுக்குள்ளேயே, சோனியாவைத் தவிர்த்த வேறொருவரைப் பிரதமர் வேட்பாளராக அறிவிக்கக் கோரிக்கை எழுந்தது. 1999, மே 15-ஆம் தேதி நடைபெற்ற காங்கிரஸ் காரியக் கமிட்டி கூட்டத்தில், சரத் பவார், பி.ஏ. சங்மா, தாரிக் அன்வர் ஆகிய மூவரும் இந்தக் கோரிக்கையை எழுப்பினர். முப்பது வருடங்களுக்கும் மேலாக இந்தியாவின் கலாசாரத்தை முழுவதும் உள்வாங்கிக்கொண்ட சோனியா அதிர்ச்சி அடைந்தார். பிரியங்காவுக்கும் ராகுலுக்கும்கூட காங்கிரஸ் தலைவர்களின் இந்தக் கருத்து அதிர்ச்சி அளித்தது. அந்தக் கோரிக்கையை, காங்கிரஸ் காரியக் கமிட்டி நிராகரித்தது. பிரியங்காவும் ராகுலும், சோனியாவை கட்சித் தலைவர் பதவியில் இருந்து விலக அறிவுறுத்தினர். இது நடந்துகொண்டிருந்தபோதே, சரத் பவாரும் பி.ஏ. சங்மாவும் இணைந்து, தேசியவாத காங்கிரஸ் கட்சியை உருவாக்கினர். சோனியா, கட்சித் தலைவர் பதவியை ராஜினாமா செய்யும் முடிவை திரும்பப்பெறும்படி காங்கிரஸார் தொடர்ந்து வலியுறுத்தினர். அதையேற்ற சோனியா, தேர்தலில் தனது கவனத்தைத் திருப்பினார்.

1999 தேர்தலில், சோனியா இரண்டு இடங்களில் போட்டியிட்டார். உத்தர பிரதேசத்தின் அமேதி மற்றும் கர்நாடக மாநிலத்தில் பெல்லாரி. அமேதி தொகுதி, காங்கிரஸுக்கு ஆதர்சமான தொகுதி. *1980*-ஆம் ஆண்டு, இந்தத் தொகுதியில் இருந்துதான் சஞ்சய் காந்தி தேர்ந்தெடுக்கப்பட்டார். அவருடைய இறப்புக்குப் பின், ராஜீவ் காந்தி அரசியலில் பங்கேற்கத் தொடங்கி, *1984, 1989, 1991* என, தான் இறக்கும்வரை அமேதி தொகுதியின் நாடாளுமன்ற உறுப்பினராக இருந்தார்.

பெல்லாரியில் சோனியாவை எதிர்த்துப் போட்டியிட்டவர், பாரதிய ஜனதாவின் பலம் பொருந்திய தலைவர் சுஷ்மா சுவராஜ். போட்டி கடுமையாக இருந்தது. சோனியா இத்தாலிக்காரர் என தேசமெங்கும் பிரசாரம் செய்துகொண்டிருந்தது பாரதிய ஜனதா. சுஷ்மாவும், அதே பாணியிலேயே தனது பிரசாரத்தைத் தொடர்ந்தார். வெளிநாட்டுக்காரர் இந்தியாவை ஆள்வதா என அவரது பிரசாரத்தில் அனல் பறந்தது. வெற்றி, சுஷ்மாவின் பக்கம் இருப்பதுபோல் இருந்தது. ஆனால் அது, பெல்லாரிக்கு பிரியங்கா பிரசாரத்துக்கு வருவதற்கு முன்பு இருந்த தோற்றம். பிரியங்காவின் பிரசாரம், பாரதிய ஜனதாவை தாக்கியோ, சோனியா வெளிநாட்டுக்காரர் என்ற பிரசாரத்தை எதிர்த்தோ இல்லை. அவரது அணுகுமுறை மிக எளிமையாக இருந்தது. கன்னடத்தில் உரை நிகழ்த்தினார். என் அம்மாவை உங்கள் முன் நிறுத்தியிருக்கிறேன். அவரைப் பார்த்துக்கொள்வதும், வெற்றியடையச் செய்வதும் உங்கள் பொறுப்பு என்று சொன்னார். பெல்லாரியின் முழுதும் பிரசாரம் செய்தார். மக்களின் கூட்டமும் ஆரவாரமும் பல மடங்கு பெருகியது.

அந்தக் கணத்திலேயே, சோனியாவின் வெற்றி உறுதியானது.

இரண்டு தொகுதிகளிலும் வென்ற சோனியா, அமேதி தொகுதியைத் தக்கவைத்துக்கொண்டு, பெல்லாரியில் ராஜிநாமா செய்தார். எல்லா பிரசாரத்திலும், சோனியாவுக்குப் பின்னால் பிரியங்கா இருந்தார். கூட்டத்தைப் பார்த்துக் கை அசைப்பதும், வாழ்த்துகளைப் பெற்றுக்கொள்வதுமாகத் தீவிரமாக இருந்தார். ஆனால், ராகுல் காந்தி எப்போதும் தன்னை வெளிக்காட்டிக்கொள்ளத் தயங்கினார். சோனியாவுக்குப் நிழலில் மறைந்தே இருக்க விரும்பினார். கூட்டத்தினர் அடையாளம் கண்டு அவரை பேசச் சொல்லிக் கேட்டாலும், அமைதியாகவே இருந்தார். ஊடகங்களிடமும் அவர் அதிகமாகப் பேசவில்லை. ராகுலுக்குப் பேச்சுத் தடை இருக்கிறது என வதந்தி பரவும் அளவுக்கு அவரது செயல் இருந்தது. நாடாளுமன்ற உறுப்பினராக சோனியா முதல்முறையாகப் பதவியேற்கும் தருணம். அந்த நிகழ்வைக் காண, பிரியங்காவும் ராகுலும் நாடாளுமன்றம் வந்தனர். ஊடகங்கள் அணிவகுத்து நின்றன. காரை விட்டு இறங்கிய ராகுல், யாரையும் பார்க்காமல் உள்ளே சென்றுவிட்டார். பிரியங்கா நின்று, கேமராக்களைப் பார்த்துச் சிரித்துவிட்டுப் போனார். இருவரின் செயல்களும், அவர்களின் தனித் தனி இயல்பை வெளிஉலகுக்குக் காட்டியதுபோல் இருந்தன.

அந்தத் தேர்தலில், அமேதி தொகுதியில் பிரியங்கா போட்டியிடுவார் என்ற எதிர்பார்ப்பு நிலவியது. ஆனால், அவர் பிரசாரம் செய்வதிலேயே ஆர்வமுடன் இருந்தார். இந்த முறையும் காங்கிரஸ் தோல்வியைத் தழுவியது. பாரதிய ஜனதா தலைமையிலான தேசிய

ஜனநாயகக் கூட்டணி ஆட்சி அமைத்தது. காங்கிரஸ் எதிர்கட்சியாக அமர்ந்தது.

1999-ஆம் ஆண்டே, நேரு குடும்பத்தின் அடுத்த அரசியல் வாரிசை, தேர்தல் அரசியலில் மக்கள் எதிர்பார்த்திருந்தனர். 1998-ல் ஒரு தொலைக்காட்சிப் போட்டியின்போது சோனியா சொன்னது கவனிக்கத்தக்கது. ராகுலும் பிரியங்காவும் அரசியலில் ஆர்வமாக உள்ளனர். ஆனால், களஅரசியலில் தற்போதைக்கு அவர்களுக்கு ஆர்வம் இல்லை என்று சொன்னார். ராகுல் மற்றும் பிரியங்காவின் அரசியல் எதிர்பார்ப்பு குறித்த கேள்விகள் எழுவது அது முதல் முறையல்ல. ராஜீவ் பிரதமராக இருந்தபோது, அவரிடமே இந்தக் கேள்விகள் எழுப்பப்பட்டன. இப்போதைக்கு இதைக் கணிப்பது சிரமம் என்றார் ராஜீவ். தனக்குமே அரசியலில் ஆரம்பத்தில் விருப்பம் இல்லை; ஆனால், வர வேண்டிய கட்டாயம் ஏற்பட்டது. இருவருக்கும் நிறைய ஒற்றுமைகள் இருக்கின்றன. ஆனால், பிரியங்காவின் விருப்பம் வலிமையானது. ராகுல், வெளிஉலகத்தை விரும்புபவராக, உணர்வுப்பூர்வமாக இருக்கிறார் என்று தெரிவித்தார். காங்கிரஸின் அடுத்த அரசியல் வாரிசு தொடர்பான எதிர்பார்ப்பு, ஒவ்வொரு நாளும் பெருகிக்கொண்டே போனது. பிரியங்கா, ராகுல் யார் அடுத்த அரசியல் வாரிசு என்ற கேள்விக்கான விடை என்ன?

பிரியங்கா காந்தி – இந்திரா காந்தி 2.0?

1972, ஜனவரி 12-ல் பிறந்தவர் பிரியங்கா காந்தி. ராகுல் காந்தியைவிட இரண்டு வயது இளையவர். சிறு வயதில் இருந்தே, பாட்டி இந்திரா காந்தியின் அரவணைப்பில் வளர்ந்தவர். இந்திரா இறப்புக்குப் பிறகு, ராகுலைப் போலவே பள்ளிப் படிப்பை வீட்டிலேயே தொடர்ந்தார். அதன்பிறகு, டெல்லி பல்கலைக் கழகத்தில் உளவியல் பிரிவில் பட்டம் பெற்றார். பௌத்தத்தில் முதுகலைப் பட்டம் முடித்த பிறகு, ஒரு பொழுதுபோக்கு வானொலியில் இயக்குநராகப் பணியாற்றினார். ராபர்ட் வதேரா, டெல்லி பிரிட்டிஷ் பள்ளியில் படித்துக்கொண்டிருந்தபோது பிரியங்காவுக்கு அறிமுகமானார். பிரியங்காவுக்கு அப்போது 13 வயது. இருவரும் வெவ்வேறு பள்ளியில் படித்து, நண்பர்கள் மூலம் அறிமுகமானவர்கள். அவரையே காதலித்து, 1997-ஆம் ஆண்டு திருமணம் செய்துகொண்டார். ரேஹான், மிராயா என இரண்டு குழந்தைகள் இருக்கின்றனர். இல்லற

வாழ்க்கையையே தனது இயல்பு வாழ்க்கையாகத் தேர்ந்தெடுத்துக்கொண்டார். புகைப்படம் எடுப்பதில் தேர்ச்சிபெற்றவர். குழந்தைகளின் மீது பேரன்பு கொண்டவர். ராஜீவ்காந்தி ஃபவுண்டேஷன் மூலமாக, குழந்தைகளுக்கான நூலகம் ஒன்றை உருவாக்கினார். 2500 வருடங்களுக்கு முன் புத்தர் அறிமுகப்படுத்திய விபாசனா தியானத்தைக் கற்றுத் தேர்ந்தவர்.

பிரியங்காவின் நடை, உடை, தோற்றம்.. அவரை இரண்டாவது இந்திரா காந்தி என்றே காங்கிரஸாரைச் சொல்லவைத்தது. அவரது அரசியல் செயல்பாடுகளும் சுறுசுறுப்பாக இருந்தது. சோனியா, ராகுல் இருவரையும்விட அழுத்தம் திருத்தமான பேச்சுத் திறமை கொண்டவர். எப்போதும் சிரித்த முகத்தோடு மக்களை அணுகக்கூடியவர். ராகுலைவிட பிரியங்காதான் பொதுமக்களிடையே மிகுந்த செல்வாக்கு பெற்றவராக இருந்தார். ராஜீவ் காந்தி இறந்தபோது, பிரியங்காவுக்கு பத்தொன்பது வயது. சோனியா மற்றும் ராகுல் போட்டியிடும் தொகுதிகளில் தொடர்ந்து பிரசாரம் செய்து, அவர்களின் வெற்றிக்கு உறுதுணையாக இருந்தார். அவரே வேட்பாளராக நிற்க வேண்டும் என கோரிக்கைகள் எழுந்தபோதும், பிரசாரத்தோடு தனது அரசியல் எல்லையை பிரியங்கா சுருக்கிக்கொண்டார்.

1999-ல், நேரு குடும்பத்து உறவினரான அருண் நேரு, பாரதிய ஜனதா சார்பில் ரேபரேலி தொகுதியில் போட்டியிட்டார். அவரை எதிர்த்து, காங்கிரஸ் கட்சி சார்பில் பிரியங்கா கடுமையாகப் பிரசாரம் செய்தார். 2014-ஆம் ஆண்டு, அருண் நேரு மறைந்தபோது, பிரியங்காவின் பதிமூன்று வயது மகன் ரேஹான்தான் அவருக்கு இறுதிச்சடங்கை செய்தார். வருண் காந்தியையும் எதிர்த்து கடுமையான பிரசாரம்

மேற்கொண்டார். தேசத்தின் ஒற்றுமையைக் குலைப்பவர்களுக்கு எதிராகச் செயல்படுவதுதான் தன்னுடைய அரசியல் நோக்கம் என்றார் பிரியங்கா.

2004 தேர்தலில், ராகுலுக்காக அமேதியில் 16 பொதுக்கூட்டங்களில் பேசினார் பிரியங்கா. 2014 தேர்தல் பிரசாரங்களில், மோடியை அதிகமாக விமரிசித்தார். அமேதி தொகுதியில் பிரசாரம் செய்த மோடி, தன் தந்தையை கீழ்த்தரமாகப் பேசியதாகக் குற்றம் சாட்டினார் பிரியங்கா. இதையடுத்து நடந்த வேறொரு பொதுக்கூட்டத்தில், பிரியங்கா தன்னுடைய மகள் போன்றவர் என்று சொன்னார் மோடி. நாட்டுக்காக ரத்தம் சிந்தி உயிர் துறந்த ராஜீவ் காந்தியின் மகள் நான் எனப் பதிலடி கொடுத்தார் பிரியங்கா. வாரணாசியின் தத்துப்பிள்ளை என்று பேசிய மோடியின் வார்த்தையைப் பிடித்துக்கொண்டார். அந்நியர் வேண்டுமா, மண்ணின் மைந்தர் வேண்டுமா என மக்களிடமே கேள்வி கேட்டார். குஜராத்தின் மாடல் உத்தர பிரதேசத்தில் செயல்படாதது ஏன் என்ற கேள்வியையும் எழுப்பினார். பெண்களுக்கு ஆதரவாகச் செயல்படும் கட்சிகளுக்கு வாக்களிக்கக் கேட்டுக்கொண்டார். தன்னை நேரடியாக எதிர்க்க முடியாதவர்கள், தன் கணவர் ராபர்ட் வதேரா மீது பொய்யாக நில ஏய்ப்பு குற்றச்சாட்டைக் கூறுவதாகப் பேசினார். காங்கிரஸ் ஆட்சியில் பாதுகாப்பு மற்றும் பெட்ரோலிய ஒப்பந்தங்களில் ராபர்ட் வதேரா லஞ்சம் வாங்கியிருப்பதாக பாரதிய ஜனதா குற்றம் சாட்டியது. அந்தத் தொகையைக் கொண்டு அவர் லண்டனில் சொத்துக்களை வாங்கிக் குவித்ததாகவும் குற்றம் சாட்டப்பட்டது.

2008, மார்ச் 19-ம் தேதி, தமிழகம் வந்தார் பிரியங்கா காந்தி. ராஜீவ் காந்தி கொலை வழக்கில் கைதாகி சிறையில் இருந்த நளினியைச் சந்தித்துப் பேசினார். ஆனால், சிறைத் துறை பதிவேட்டில், நளினியை பிரியங்கா சந்தித்ததாக எந்தக் குறிப்பும் இல்லை. இந்தச் சந்திப்பு பெரிய சர்ச்சைக்குக் காரணமானது. மத்திய காங்கிரஸ் அரசில் திமுக இடம்பெற்றிருந்த சமயம் அது. சட்ட விதிகளை மீறி, இந்தச் சந்திப்புக்கு திமுக உதவி செய்ததாக, வைகோ குற்றம் சாட்டினார். இந்தச் சந்திப்பை, சிறைத் துறை முதலில் மறுத்தது. ஆனால், பிரியங்கா காந்தி, தான் நளினியைச் சந்தித்தது உண்மைதான் என பிறகு ஒப்புக்கொண்டார். வெகுநாட்களுக்குப் பின்னர், தங்கள் தந்தையைக் கொன்றவர்களை மன்னித்துவிட்டதாக ராகுலும் பிரியங்காவும் தெரிவித்தனர்.

நான் தெளிவாக இருக்கிறேன். தேர்தல் அரசியல் என்னை ஈர்க்கும் விஷயமாக இல்லை. மக்கள்தான் என்னை அதிகம் ஈர்க்கிறார்கள். அவர்களுக்குத் தேவையானதை, தேர்தல் அரசியலில் இல்லாமலும் செய்ய முடியும் என்று சொன்னார். தேர்தல் நேரத்தில் மட்டுமே ரேபரேலி தொகுதிக்கு வருகிறார். மற்ற நேரங்களில் வருவதே இல்லை என பிரியங்கா மீது அந்தத் தொகுதி மக்கள் குற்றம் சாட்டினர். அதையொட்டி, தொகுதி முழுவதும் சுவரொட்டிகளும் ஒட்டப்பட்டன. இது, பாஜகவின் வேலை என குற்றம் சாட்டியது காங்கிரஸ்.

காங்கிரஸ் கட்சியில் எந்தப் பொறுப்பிலும் இல்லாமல், அக் கட்சிக்காக இருபது ஆண்டுகள் களப்பணி ஆற்றியிருக்கிறார். 2019-ல்தான், காங்கிரஸ் கட்சியின் அகில இந்திய பொதுச்செயலாளராக பிரியங்கா நியமிக்கப்பட்டார்.

காங்கிரஸ் அரசியலில் இது முக்கியமானதாகப் பார்க்கப்பட்டது. *2019* தேர்தலில், கிழக்கு உத்தர பிரதேசத்தைக் கவனித்துக்கொள்ளும் பொறுப்பு அவருக்குத் தரப்பட்டிருந்தது. ஆனால், காங்கிரஸ் படுதோல்வியைச் சந்தித்தது. அடுத்தடுத்த அரசியல் நகர்வுகளைப் பொறுத்தே, பிரியங்காவின் அரசியல் எதிர்காலம் தீர்மானிக்கப்படும்.

ராகுல் காந்தி இந்தியாவிலிருந்து வெளிநாட்டுக்கு...

1970, ஜூன் 19-ஆம் தேதி, டெல்லியில் பிறந்தார் ராகுல். கொள்ளுத் தாத்தா ஜவஹர்லால் நேரு, சுதந்திர இந்தியாவின் முதல் பிரதமர். நேருவின் தந்தை மோதிலால் நேரு, இரண்டு முறை காங்கிரஸ் தலைவராக இருந்தவர். பாட்டி இந்திரா காந்தி, இந்தியாவின் முதல் பெண் பிரதமர். இத்தகைய சூழலில்தான், ராகுல் பிறந்தார். இந்திரா காந்திதான் அவருக்கு ராகுல் எனப் பெயர் வைத்தார். தொடக்கக் கல்வியை, செயின்ட் கொலம்பஸ் பள்ளியில் பயின்றார். பின்னர் தனது தந்தை பயின்ற பள்ளியான டேராடூனில் உள்ள டூன் பள்ளியில் பயின்றார். ஆனால், பள்ளிப் படிப்பின் இறுதிக் காலங்களில், பள்ளிக்குச் சென்று பயிலும் வாய்ப்பு அமையவில்லை. பாதுகாப்புக் காரணங்களால், வீட்டில் இருந்தபடியே பள்ளிப் படிப்பைத் தொடர்ந்தார். ராகுல், இயல்பில் மிகவும் அமைதியானவர். படிப்பைவிட விளையாட்டில்தான் ஆர்வம் அதிகம். அந்த

ஆர்வம்தான், பின்னாளில் உயர்கல்வி படிக்க டெல்லியின் ஸ்டீபன்ஸ் கல்லூரியில் சேரத் தகுதியாக அமைந்தது.

பாட்டி இந்திராவுடன், ராகுலும் பிரியங்காவும் மிக மிக நெருக்கமாக இருந்தனர். இரு வீட்டார் சம்மதத்துடன் ராஜீவ் - சோனியா திருமணம் நடைபெற்றிருந்தாலும், சோனியாவுடனான இந்திராவின் உறவு அவ்வளவு இணக்கமானதாக இல்லை. ராகுல் பிறந்த பின்னர்தான் அவர்களுக்கு இடையேயான உறவு நெருக்கமானது. இந்திரா, நாட்டைப் பார்த்துக்கொள்வது; சோனியா வீட்டைப் பார்த்துக்கொள்வது என அவர்களுக்குள் தீர்மானமானது. இந்திரா தன் உயிருக்கு ஆபத்து இருப்பதை எப்போதும் உணர்ந்தே இருந்தார். அந்த ஆபத்து, தன்னுடைய குடும்பத்தையும் பாதிக்கும் எனப் பயந்தார். தன் மகனிடமும், பேரப்பிள்ளைகளிடமும் இது குறித்து நிறைய உரையாடியிருக்கிறார். வீட்டிலேயே விளையாடும்போதுகூட, குறிப்பிட்ட இடத்தில் மட்டும் விளையாட வேண்டுமென ராகுலிடம் அடிக்கடி அறிவுறுத்தினார் இந்திரா காந்தி.

இறப்பதற்கு நான்கு நாட்கள் முன், தன்னுடைய பணியிலிருந்து ஓய்வெடுத்துக்கொண்டு, ராகுலையும் பிரியங்காவையும் அழைத்துக்கொண்டு காஷ்மீருக்கு ஒருநாள் பயணமாகச் சென்றுவந்தார் இந்திரா காந்தி. அதற்கடுத்த இரண்டாவது நாள், ஒரிசாவில் அரசியல் சுற்றுப்பயணத்தில் இருந்தார். அன்றைக்கு, ராகுலும் பிரியங்காவும் பள்ளிக்குச் சென்ற கார் சிறிய விபத்துக்குள்ளானது. தகவல் அறிந்த இந்திரா, தன்னுடைய நிகழ்ச்சிகளை ரத்து செய்தார். அன்றிரவே டெல்லி திரும்பினார். ராகுலும் பிரியங்காவும் உறங்கிக்கொண்டிருந்தார்கள். அவர்கள் பாதுகாப்பாக

இருக்கிறார்கள் என சோனியா உறுதி செய்த பின்பே, அவர் தூங்கப்போனார். நேரம் அப்போது நள்ளிரவைக் கடந்திருந்தது. பேரப் பிள்ளைகளின் மீது அளவு கடந்த பாசம் வைத்திருந்தார். அன்றைய இரவே, அவருடைய இறுதி இரவாகிப்போனதுதான் சோகம்.

புதன்கிழமை காலை *9:08* மணிக்கு நிகழ்ந்த இந்திராவின் படுகொலையின்போது, ராகுலும் பிரியங்காவும் பள்ளியில் இருந்தனர். அதுதான், ராகுல் பள்ளிக்குச் சென்ற கடைசி நாள். அதற்குப்பின், ஐந்து வருடங்கள் பள்ளிக்குச் செல்ல அனுமதிக்கப்படவில்லை. பாதுகாப்புக்குக் காரணங்களால் இந்த ஏற்பாடு. ராகுலும் பிரியங்காவும், வீட்டில் இருந்தபடியே பள்ளிப் படிப்பைத் தொடர்ந்தனர். விளையாட்டில் ஆர்வமாக இருந்த ராகுல், சைக்கிளிங், நீச்சல், ஸ்கூபா டைவிங் போன்றவற்றைப் பழகினார். ஸ்குவாஷ் விளையாடுவதும் ராகுலுக்கு விருப்பமான பொழுதுபோக்கு. ராஜீவைப் போலவே, ராகுலும் துப்பாக்கிச் சுடும் கலையையும் கற்றார்.

பள்ளிப் படிப்பை முடித்த ராகுல், *1989*-ல், டெல்லி ஸ்டீபன்ஸ் கல்லூரியில் சேர்ந்தார். பள்ளி மதிப்பெண்களை அடிப்படையாகக் கொண்டு, கல்லூரியில் ராகுலுக்கு இடம் கிடைக்கவில்லை. ஆனால், பிஸ்டல் துப்பாக்கிச் சுடும் திறமையால், விளையாட்டுப் பிரிவில் அவருக்கு அங்கு இடம் கிடைத்தது. வரலாறு பாடப் பிரிவில் படிக்கச் சேர்ந்த அவர், பெரும்பாலும் கடைசி வரிசை மாணவராக இருந்தார். பாதுகாப்புக்காக, காவலர்கள் சூழ தினமும் கல்லூரிக்குச் சென்றுவந்தார். ஆனால், கல்லூரியில் சேர்ந்து ஒரு வருடம் மூன்று மாதத்தில்,

கல்லூரியில் இருந்து விலகினார். அப்போது கல்லூரி முதல்வராக இருந்தவர் அனில் வில்சன். ராகுல், எல்லோரிடமும் இனிமையாகப் பழகக்கூடியவர். நேரு குடும்பத்தில் இருந்து வந்தவர் என்ற கர்வம் அவரிடம் இருக்கவில்லை. அதனால், தன்னுடன் எப்போதும் பாதுகாப்புக் காவலர்கள் இருப்பது அவருக்கு வசதியாகப் படவில்லை. கல்லூரியில் இருந்து அவர் விலகுவதற்கு அதுவும் ஒரு காரணம். ராகுல், தங்கள் கல்லூரி மாணவராக இருந்தது பெருமை என நினைத்தது ஸ்டீபன்ஸ் கல்லூரி. 18 வருடங்களுக்குப் பின்னர், 2008-ல் ஸ்ரீநகரில் பல்கலைக் கழக மாணவர்களுடன் ராகுல் உரையாற்றிக்கொண்டிருந்தார். அந்த உரையாடலின்போது, ஸ்டீபன்ஸ் கல்லூரியில் தான் பயின்றபோது கேள்வி கேட்பதை கல்லூரி விரும்பவில்லை. கேள்வி கேட்டால், ஆசிரியர்கள் மேலும் கீழும் பார்ப்பார்கள் எனத் தெரிவித்தார். இந்தியாவின் அப்போதைய கல்விச் சூழலில், வகுப்பில் உரையாடலைவிட பாடங்களை முடிப்பதுதான் முதன்மையாக இருக்கிறது என்பதைச் சொல்வதற்காக, இந்தக் கருத்தை அவர் தெரிவித்தார். ஆனால், இந்தக் கருத்து, அந்தக் கல்லூரி நிர்வாகம், மாணவர்கள், முன்னாள் மாணவர்கள் என அனைவருக்கும் வருத்தம் அளித்தது. ராகுல் காந்தியின் கருத்து, அவரது தனிப்பட்ட அனுபவமாக இருக்கலாம். அதைவைத்து, கல்லூரியின் சூழலைப் பொதுமைப்படுத்தக் கூடாது எனத் தெரிவித்தார், ஸ்டீபன்ஸ் கல்லூரியின் அன்றைய முதல்வர் வால்சன் தம்பு.

ஸ்டீபன்ஸ் கல்லூரியில் இருந்து விலகிய உடனே, அமெரிக்காவின் ஹார்வர்டு கல்லூரியில் பொருளாதாரப் படிப்பில் ராகுல் சேர்ந்தார். அங்கும்,

ஒரு வருடம் மட்டுமே இருந்தார். 1991-ல், ராஜீவ் படுகொலைக்குப் பின்னர் இந்தியா திரும்பிய ராகுலின் படிப்பு, அப்போதும் பாதிக்கப்பட்டது. பாதுகாப்புக் காரணங்களுக்காக, ஹார்வர்டில் இருந்து விலகினார். அதன்பின்னர், அமெரிக்காவின் ஃப்ளோரிடா மாகாணத்தில் உள்ள ரோலின்ஸ் கல்லூரியில் சேர்ந்தார். சர்வதேச உறவுகள் *(International Relations)* பற்றிய படிப்பைத் தேர்வு செய்திருந்தார். இந்த முறை, எந்தத் தடையும் இல்லாமல், 1994-ல் தனது பட்டப் படிப்பை முழுமையாக முடித்தார் ராகுல்.

பட்ட மேற்படிப்புக்காக *(M.Phil in Development Studies)*, லண்டனில் உள்ள கேம்பிரிட்ஜ் பல்கலைக் கழகத்தின் டிரினிட்டி கல்லூரியில் இணைந்தார். பாதுகாப்புக் காரணங்களுக்காக, தன் பெயரை ராகுல் வின்சி என மாற்றியிருந்தார். இதே கல்லூரியில்தான், நேரு 1907 முதல் 1910 வரை பயின்று, சட்டப் படிப்பில் பட்டம் பெற்றார். ராஜீவ் காந்தியும் இதே கல்லூரியில், இயந்திரப் பொறியியல் *(Mechanical Engineering)* பயின்றார். ராகுல், 1995-ல் M.Phil பட்டம் பெற்றார். ஆனால், 2009 தேர்தலில் ராகுல் வேட்பாளராக விருப்ப மனு தாக்கல் செய்ததும், அவர் படிப்பு குறித்த சர்ச்சை எழுந்தது. 2004-2005-ஆம் ஆண்டில்தான் M.Phil படிக்க விண்ணப்பித்திருக்கிறார் என ஒரு பத்திரிகைச் செய்தி சொன்னது. ராகுல் அந்தப் படிப்பை முடித்தாரா என்பதையும் கேள்விக்குறியாக்கியது.

2009 தேர்தலின்போது வெளியான இந்தச் செய்தியால், காங்கிரஸ் கட்சி கோபமடைந்தது. காங்கிரஸ் செய்தித் தொடர்பாளர் அபிஷேக் மனு சிங்வி, அந்தப் பத்திரிகைக்கு எதிராக சட்டப்பூர்வ நடவடிக்கை எடுத்தார். அப்போதைய கேம்பிரிட்ஜ் பல்கலைக்

கழகத்தின் துணைவேந்தரும், ராகுலுக்கு ஆதரவாகக் கடிதம் அனுப்பினார். அந்தக் கடிதம், டிரினிட்டி கல்லூரியில் ராகுல் *1994-95*-ஆம் ஆண்டுகளில் படித்ததை உறுதி செய்தது. *1995*-ல் பட்டம் பெற்றார் எனவும் குறிப்பிட்டிருந்தது. ராகுலுடைய பட்டம் தொடர்பான வாதங்கள் துரதிருஷ்டமானது என்றும், அவர் படிக்கும்போது நல்ல மாணவராக இருந்தார் என்ற செய்தியையும் கூடுதலாகத் தெரிவித்தது அந்தக் கடிதம்.

கேம்பிரிட்ஜில் படிப்பை முடித்த ராகுல் காந்தி, உடனே இந்தியா திரும்பவில்லை. தன் எதிர்காலத்தை, தொழில் முறையில் தொடங்க விரும்பினார். லண்டனில் செயல்பட்டுக்கொண்டிருந்த மானிட்டர் குரூப் என்னும் நிறுவனத்தில் வேலைக்குச் சேர்ந்தார். அது, வர்த்தக ஆலோசனை *(Management Consulting)* சேவை தரும் நிறுவனம். மைக்கேல் போர்ட்டர் என்னும் ஹார்வர்டு பல்கலைக் கழகப் பேராசிரியரால் தொடங்கப்பட்டது இந்த நிறுவனம். ராகுல் அங்கு மூன்றாண்டுகள் பணியாற்றினார். அவருடன் பணியாற்றிய யாருக்கும் அவரின் பின்புலம் தெரியாது. சாதாரண, அமைதியான வாழ்க்கையை வாழவே, அமெரிக்காவில் படிப்பை முடித்து இங்கிலாந்து வந்தார் ராகுல். ராஜீவ் பிரதமர் ஆனதும், அவரது நேரம் முழுவதையும் அரசியல் தின்று தீர்த்தது. தன் குடும்பத்துக்காக அவரால் நேரம் ஒதுக்க முடியவில்லை. விமானியாகத் தொடர்ந்து பறக்கும் ஆசையும் கைகூடவில்லை. அதனால், ராகுல் இந்திய அரசியலில் தொடர்பில்லாமல் இருந்தார். ஆனால், இந்தியாவில் சோனியா காந்தி முழு மூச்சுடன் அரசியலில் ஈடுபட்டிருந்தார். பிரியங்கா, சோனியாவுக்கு முழு ஆதரவாகக் களத்தில் இருந்தார்.

நேரடி அரசியலில் பிரியங்கா ஈடுபட வேண்டும் என்ற கோரிக்கை காங்கிரஸ் தொண்டர்களிடையே வலுத்தது. ராகுல், இந்தியாவை விட்டு வந்து பத்தாண்டுகள் கடந்திருந்தது. இந்தியாவின் அரசியல் சூழலால், ராகுல் இந்தியா திரும்புகிற தேவை உருவானது.

ராகுலுக்கு இப்போது 52 வயது. இதுவரை அவர் திருமணம் செய்துகொள்ளவில்லை. அவ்வப்போது அவரது காதல் பற்றியும், திருமணம் பற்றியும், ஊகங்களும் வதந்திகளும் பரவுவது இயல்பு. இதைப்பற்றி, 2004-ல் ஊடகங்களிடம் ஒருமுறை வெளிப்படையாகப் பேசினார். என்னுடைய பெண் நண்பரின் பெயர் வெரொனிக். அவர் ஸ்பெயின் நாட்டைச் சேர்ந்தவர். ஆர்க்கிடெக்டாக இருக்கிறார். அவர் என்னுடைய நல்ல நண்பர். ஆனால், எப்போது திருமணம் செய்துகொள்வோம் எனத் தெரியாது என்றும் ராகுல் சொன்னார். அவர் இதைச் சொல்லி, 18 ஆண்டுகள்கடந்துவிட்டன. இருவரும், இங்கிலாந்தில் படிக்கும்போது சந்தித்துக்கொண்டவர்கள்.

2018-ல், ராகுல் திருமணம் தொடர்பாக ஒரு வதந்தி பரவியது. ரேபரேலி தொகுதியின் சட்டப்பேரவை உறுப்பினராக இருந்தவர் அதிதி சிங். அவருடன் ராகுலுக்குத் திருமணம் நடக்க இருப்பதாக சமூக ஊடகங்களில் செய்தி பரவியது. ராகுல் காந்தி தனது சகோதரர் போன்றவர். கர்நாடக சட்டப்பேரவைத் தேர்தல் நடைபெற்று வருகிறது. இந்தச் சூழலில் குழப்பத்தை ஏற்படுத்த சிலர் இந்த வதந்தியைப் பரப்புவதாக, அதிதி சிங் கண்டனம் தெரிவித்தார். அதே 2018-ல், ராகுல் காந்தி இரண்டு நாள் பயணமாக ஹைதராபாத் சென்றிருந்தார். அவருடைய திருமணம் குறித்து ஊடகங்கள் கேள்வி எழுப்பின. தனக்கு

ஏற்கெனவே காங்கிரஸ் கட்சியுடன் திருமணம் நடந்துவிட்டதாகப் பதிலளித்தார்.

ராகுல் காந்தி மீது அவதூறு குற்றச்சாட்டுக்களும் அவ்வப்போது எழுவதுண்டு. அப்படி அவர் மீது சுமத்தப்பட்ட ஒரு குற்றச்சாட்டு அதிர்ச்சி ரகம். *2006*-ல், ராகுல் காந்தியும் அவரது நண்பர்கள் ஆறு பேரும் சேர்ந்து, அமேதியில் ஒரு பெண்ணைக் கடத்திக் கற்பழித்துவிட்டனர் எனக் குற்றம் சாட்டப்பட்டது. சமாஜ்வாதி கட்சியைச் சேர்ந்த முன்னாள் சட்டப்பேரவை உறுப்பினர் கிஷோர் சாம்ராட் என்பவர் இந்தக் குற்றச்சாட்டை எழுப்பினார். அலகாபாத் உயர் நீதிமன்ற உத்தரவின் பேரில், சி.பி.ஐ. விசாரித்தது. இந்தக் குற்றச்சாட்டு அடிப்படை ஆதாரமற்றது எனத் தனது விசாரணையின் முடிவில் சி.பி.ஐ. தெரிவித்தது. இதை ஏற்றுக்கொண்ட நீதிமன்றம், குற்றம் சாட்டியவருக்குப் பத்து லட்ச ரூபாய் அபராதம் விதித்து, வழக்கைத் தள்ளுபடி செய்தது.

இந்தியா திரும்பினார் ராகுல் காந்தி

2002-ல் இந்தியா திரும்பினார் ராகுல். இந்தியாவில், தொழில்நுட்பம் சார்ந்த அவுட்சோர்சிங் பணிகள் அசுரத்தனமான வளர்ச்சியில் இருந்தது. மேற்கத்திய நாடுகளைச் சேர்ந்த பன்னாட்டு நிறுவனங்களின் பார்வை இந்தியாவின் மீது இருந்தது. குறைந்த செலவில், விரைவாக வேலையைக் கொடுத்துப் பெற்றுக்கொள்வதற்கு இந்தியாதான் சிறந்த இடமாக இருந்தது. ராகுல் காந்தியும், *BackOps* என்னும் நிறுவனத்தை மும்பையில் தொடங்கினார். பொறியியல் மற்றும் தொழில்நுட்பம் சார்ந்த அவுட்சோர்சிங் நிறுவனம் அது. எட்டு பணியாளர்களுடன் இயங்கிக்கொண்டிருந்தது. உள்ளூர் மற்றும் வெளிநாட்டு நிறுவனங்களுக்குத் தகவல் தொழில்நுட்பம் சார்ந்த ஆலோசனை தருகிற வேலையைச் செய்துவந்தது. அந்த நிறுவனத்தின் நான்கு இயக்குநர்களில் ஒருவராக ராகுல் பணியாற்றினார். குடும்ப நண்பர் மனோஜ் முட்டு, முன்னாள் மத்திய அமைச்சர் ரமேஷ்வர் தாக்கூரின் மகன் அனில் தாக்கூர் ஆகிய இருவரும்

இயக்குநர்களாக இருந்தனர். டெல்லியைச் சேர்ந்த ரன்வீர் சின்ஹா, நிறுவனத்தின் நான்காவது இயக்குநர். இவர், மார்ச் 2006-ல் சொந்தக் காரணங்களுக்காகப் பணியில் இருந்து விலகிக்கொண்டார்.

2004-ல், தேர்தல் ஆணையத்தில் தாக்கல் செய்த அறிக்கையின்படி, BackOps நிறுவனத்தின் 80 சதவீத பங்குகள் ராகுல் காந்தி வசம் இருந்தன. 2004-ல் தீவிர அரசியலில் ஈடுபட முடிவு செய்த ராகுல், BackOps நிறுவனத்தை நிர்வாகம் செய்ய வேறொருவரை நியமனம் செய்தார். அப்போது அந்த நிறுவனத்துக்கு மூன்று வெளிநாட்டு நிறுவனங்கள் மட்டுமே வாடிக்கையாளர்களாக இருந்தனர். 2009 மக்களவைத் தேர்தலுக்கு முன்பு, அந்த நிறுவனத்தில் இருந்து வெளியேறினார் ராகுல் காந்தி. அரசியலில் அவரது முழு கவனமும் தேவையாக இருந்ததால், தொடர்ந்து அந்த நிறுவனத்தில் கவனம் செலுத்த முடியவில்லை. 2009-ஆம் ஆண்டுடன், ராகுலுக்கும் அந்த நிறுவனத்துக்கும் இருந்த தொடர்பு முடிவுக்கு வந்தது. ஆனால், 2015-ல் பாரதிய ஜனதாவின் தலைவர்களில் ஒருவரான சுப்பிரமணியன் சுவாமி, பிரதமருக்கும் சபாநாயகருக்கும் கடிதம் ஒன்றை எழுதினார். 2005-2006-ஆம் ஆண்டில் BackOps நிறுவனம் தாக்கல் செய்திருக்கும் வருமான வரி ஆவணத்தில், ராகுல் காந்தி பிரிட்டிஷ் பிரஜை எனக் குறிப்பிடப்பட்டிருக்கிறது. இது சட்டப்படி தவறானது. உரிய நடவடிக்கை எடுத்து, ராகுல் காந்தியை நாடாளுமன்ற உறுப்பினர் பதவியில் இருந்து நீக்க வேண்டும் என்று கோரிக்கை வைத்தார். அதற்கான ஆவணங்களையும், ஊடகங்கள் வழியாக வெளியிட்டார். ஆனால், உண்மையில் அது ஒரு தகவல் பிழை என பின்னர் கண்டறியப்பட்டது. காங்கிரஸும்

அதற்கான சரியான விளக்கத்தை அளித்து, அந்தப் பிரச்னைக்கு முற்றுப்புள்ளி வைத்தது.

ராகுலுடைய அரசியல் வாழ்க்கை, அதிகாரப்பூர்வமாக 2004-ல் இருந்துதான் தொடங்குகிறது. ராஜீவ் காந்தி படுகொலை செய்யப்பட்டு 13 ஆண்டுகள் கடந்திருந்தது. ஒரு நேர்காணலின்போது, தந்தை இறந்தவுடன் நான் அரசியலில் இணைந்திருக்க வேண்டும். ஆனால், அப்போது சிறுவனாக இருந்தேன் எனப் பின்னாளில் சொன்னார். அரசியலில் பங்கெடுப்பதன் மூலமாக, மக்களிடையே வேற்றுமையைக்களைவதும், சாதி மத மோதல்களைக் குறைப்பதும்தான் தனது பிரதானப் பணி என்றார்.

2004 ஜனவரி 21, அமேதி தொகுதி வேட்பாளராக விருப்ப மனுவைத் தாக்கல் செய்தார் ராகுல். தேர்தலில் வென்று நாடாளுமன்ற உறுப்பினர் ஆனார். சஞ்சய் காந்தி, ராஜீவ் காந்தி, சோனியா காந்தி என தன் குடும்பத்தில் இருந்து தொடர்ந்து போட்டியிட்டு வெற்றிபெற்ற அதே தொகுதி. இந்தத் தேர்தலில், சோனியாகாந்தி ரேபரேலி தொகுதிக்கு மாறியிருந்தார். பாதுகாப்பான தொகுதி என்பதால், ராகுலின் வெற்றி ஏற்கெனவே உறுதியானதாகவே இருந்தது. சாதி மத வேறுபாடின்றி, அனைத்து வாக்காளர்களும் ராகுலுக்கு வாக்களித்து வெற்றிபெறச் செய்தனர். 2004, 2009, 2014 என, தொடர்ந்து மூன்று முறை அமேதி தொகுதியின் நாடாளுமன்ற உறுப்பினராக அவர் தேர்ந்தெடுக்கப்பட்டார்.

குடும்பப் பின்னணியைக் கொண்டு அரசியலில் நுழைந்துவிட்டாலும், தான் அரசியலுக்குத் தகுதியானவர் என்பதை நிரூபிக்கும் பொறுப்பு அவருடையதாகவே இருந்தது. அரசியல் மட்டுமல்ல,

அனைத்துத் துறை சார்ந்த வாரிசுகளுக்கும் இந்த நியதி பொருந்தும். தனிப்பட்ட செயல்பாடுகளைப் பொறுத்துத்தான் வளர்ச்சி இருக்கும். தொடர்ச்சியான செயல்பாடுகள்தான் அரசியலில் ஒருவரைத் தக்கவைக்கும் என்பது அவருக்கு தெரிந்தே இருந்தது. மோசமான செயல்பாடுகளை மக்கள் நிராகரிக்கத் தயங்கமாட்டார்கள் என்பது வரலாறு. ராஜீவுக்கு அரசியல் வாழ்க்கை எதிர்பாராத விபத்தாக அமைந்துவிட்டது. இந்திராவும் வாரிசு அரசியலின் ஓர் உதாரணம்தான். அவரும் தன் அரசியல் இருப்பை தக்கவைக்க மிகவும் போராடவேண்டி இருந்தது.

ஜவஹர்லாலின் நேருவின் தந்தை மோதிலால் நேரு, இரண்டு முறை காங்கிரஸ் தலைவராக இருந்தவர். அதன் பின்னர், நேரு குடும்பத்தில் இருந்து காங்கிரஸ் தலைவராகத் தேர்வானவர் ஜவஹர்லால் நேரு. சர்தார் வல்லபாய் பட்டேலும் அப்போது போட்டியில் இருந்தார். ஆனால், காங்கிரஸ் உறுப்பினர்கள் காந்தியின் சொல்லுக்காகக் காத்துக்கொண்டிருந்தார்கள். ஜவஹர்லால் நேருவுக்கு இதில் போட்டியிட விருப்பம் இல்லை. அது குறித்து காந்தியிடமும் தெரிவித்திருந்தார். இறுதியில், நேருவை காந்தி ஆதரிக்க, 1929-ல் காங்கிரஸ் தலைவரானார் நேரு. இது நடந்து முப்பத்தைந்து ஆண்டுகள் கடந்திருந்தது. 1964-ல், நேரு இறந்து மூன்றே நாள்கள்தான் ஆகியிருந்தது. அப்போதைய காங்கிரஸ் மூத்த தலைவர் லால்பகதூர் சாஸ்திரி, இந்த தேசத்தை வழி நடத்துவதற்கான பிரதமர் பொறுப்பை ஏற்றுக்கொள்ளுங்கள் என இந்திராவைக் கேட்டுக்கொண்டார். 1959-ல் காங்கிரஸ் தலைவராகவும் இந்திரா பதவி வகித்திருக்கிறார். அப்போதைய போட்டியானது,

லால்பகதூர் சாஸ்திரிக்கும் மொரார்ஜி தேசாய்க்கும் இடையில்தான் இருந்தது.

ஆனால், அப்போதைய காங்கிரஸ் தலைவர் காமராஜர் உள்ளிட்ட காங்கிரஸ்காரர்களின் ஒரே விருப்பம், லால்பகதூர் சாஸ்திரிதான். இந்திராவை அழைத்து, பிரதமர் பதவியை ஏற்க இது சரியான தருணம் இல்லை எனப் புரியவைத்தார் காமராஜர். அடுத்த நாள், அப்போதைய இடைக்காலப் பிரதமராக இருந்த குல்ஜாரிலால் நந்தா, இந்திராவை கட்சியின் தலைவராக நாடாளுமன்றத்தில் முன்மொழிந்தார். உடனே லால்பகதூர் சாஸ்திரியும் அதை ஏற்றுக்கொண்டு, இந்திரா அமைச்சரவையில் இருந்தால் நல்லது என்று சொல்லி, தகவல் மற்றும் ஒலிபரப்புத்துறை அமைச்சர் பதவியைத் தர முன்வந்தார்.

இது நடந்து இரண்டு ஆண்டுகளுக்குள், லால்பகதூர் சாஸ்திரி இறந்துவிட்டார். காமராஜர் உள்ளிட்ட மற்ற காங்கிரஸ் தலைவர்கள், இந்திரா காந்தியை அடுத்த பிரதமராகத் தேர்வு செய்தனர். அனைவரையும் சமாதானம் செய்யமுடிந்த காமராஜரால், மொரார்ஜி தேசாயை சமாதானம் செய்ய முடியவில்லை. மொரார்ஜி தேசாய்க்கும் இந்திரா காந்திக்கும் இடையே போட்டி நிலவியது. நாடாளுமன்றத்தில் நடைபெற்ற நம்பிக்கை வாக்கெடுப்பில், இந்திரா 355 வாக்குகள் பெற்று வெற்றிபெற்றார். மொரார்ஜி தேசாய்க்கு 169 வாக்குகள் கிடைத்தன. 1966, ஜனவரி 24-ஆம் தேதி, இந்தியாவின் பிரதமராக இந்திரா பதவியேற்றார். அப்போது இந்திராவைப் பிரதமராக ஏற்றுக்கொண்ட இந்திய மக்கள், எமர்ஜென்ஸிக்குப் பிறகான 1977 தேர்தலில் அவருக்குத் தோல்வியைத்

தந்தனர். ஆனால், 1980 தேர்தலில் மீண்டும் பெரும் வெற்றியைப் பெற்றார் இந்திரா காந்தி.

ஒவ்வொரு முறையும், வாரிசு அரசியல் என்ற விமர்சனத்தை ராகுல் எதிர்கொள்ள நேர்ந்தது. அதை அவர் எப்போதும் மறுக்கவில்லை. 2008-ல், உத்தரகாண்டில் மாணவர்களிடையே பேசும்போது, என்னுடைய குடும்பப் பின்னணி இல்லையென்றால், நான் அரசியலுக்கு வந்திருக்கவே மாட்டேன் என்றார். அப்பா, பாட்டி, கொள்ளுத் தாத்தா என அனைவரும் அரசியலில் இருந்தனர். அதனால்தான் நான் அரசியலுக்கு வந்தேன். ஆனால் இந்தச் சூழலை மாற்ற வேண்டும் என்று பேசினார். அரசியலில் வாரிசாகக் களமிறங்கி, வாரிசு அரசியலுக்கு எதிராகக் கட்சியை ஜனநாயகப்படுத்த வேண்டும் என்று நினைத்தார் ராகுல் காந்தி. ஆனால், காங்கிரஸில் வாரிசு அரசியல் வேரூன்றியிருந்தது. காங்கிரஸின் வாரிசு அரசியலில் ஒரு சில உதாரணங்களைப் பார்த்தாலே அதன் தீவிரம் புரிந்துவிடும்.

தகவல் மற்றும் தொலைத்தொடர்புத் துறை அமைச்சராக இருந்த சச்சின் பைலட், முன்னாள் காங்கிரஸ் அமைச்சர் ராஜேஷ் பைலட்டின் மகன். ஜோதிராத்ய சிந்தியா, ராஜீவின் அமைச்சரவையில் இருந்த மாதவராவ் சிந்தியாவின் மகன். முன்னாள் பெட்ரோலியத் துறை அமைச்சர் முரளி தியோராவின் மகன் மிலிந்த் தியோரா, நாடாளுமன்ற உறுப்பினராக இருந்தார். ராஜீவ் காந்தியின் அரசியல் ஆலோசகராகவும் அமைச்சராகவும் இருந்த ஜிதேந்திர பிரசாதாவின் மகன் ஜிதின் பிரசாதா, அமைச்சராக இருந்தார். நேரு, இந்திரா மற்றும் ராஜீவுக்கு மிக நெருக்கமாக இருந்தவர் உமா சங்கர் தீட்சித். அவருடைய மகள் ஷீலா தீட்சித், டெல்லி

முதல்வராக பல ஆண்டுகள் இருந்தவர். ஷீலா தீட்சித்தின் மகன் சந்தீப் தீட்சித் டெல்லியிலிருந்து நாடாளுமன்றத்துக்குத் தேர்ந்தெடுக்கப்பட்டவர். ஹரியானா மாநில அரசின் அமைச்சரவையில் இருந்த ஓ.பி. ஜிண்டாலின் மகன் நவீன் ஜிண்டால், நாடாளுமன்ற உறுப்பினர். ஹரியானா முதலமைச்சர் பூபேந்தர் சிங் ஹூடாவின் மகன் தீபேந்திர சிங் ஹூடா, நாடாளுமன்ற உறுப்பினர். முன்னாள் மத்திய அமைச்சர் ப. சிதம்பரத்தின் மகன் கார்த்தி சிதம்பரம் மற்றும் பிரணாப் முகர்ஜியின் மகன் அபிஜித் என யாரும் வாரிசு அரசியலுக்கு விதிவிலக்கல்ல.

வாரிசு அரசியல் என்பது காங்கிரஸில் மட்டும் இருக்கும் பிரச்னை அல்ல. அனைத்து தேசிய மற்றும் பிராந்தியக் கட்சிகளிலும் இதுதான் நிலைமை. வாரிசு அரசியலை பெரும் விவாதமாக்கிய பாரதிய ஜனதாவிலும், வாரிசு அரசியல் பெருமளவு இருப்பதைப் புரிந்துகொள்ள வேண்டும். அரசியலில், ராஜீவ் மற்றும் சோனியாவுக்கு எதிராக மேனகாவையும் அவரது மகன் வருண் காந்தியையும் பாரதிய ஜனதா களமிறக்கியதை வேறு எப்படிப் புரிந்துகொள்வது. மேலோட்டமாகப் பார்த்தால், பெரிய பொறுப்புகளில் மட்டும்தான் இந்த வாரிசு அரசியல் உள்ளதுபோலத் தோற்றம் தரும். ஆனால், உண்மையில், அரசியல் மட்டத்தின் கீழ் நிலை வரை வாரிசு அரசியல் பரவியிருக்கிறது.

தமிழகத்தில் தி.மு.க. (மு. கருணாநிதி, மு.க. ஸ்டாலின், மு.க. கனிமொழி, உதயநிதி ஸ்டாலின்; முரசொலி மாறன், தயாநிதி மாறன்), அ.தி.மு.க. (எம். ஜி.ஆர்., ஜானகி ராமச்சந்திரன்), பா.ம.க. (ராமதாஸ், அன்புமணி ராமதாஸ்), த.மா.கா. (ஜி.கே. மூப்பனார், ஜி.கே. வாசன்), தற்போது ம.தி.மு.க. (வைகோ, துரை

வையாபுரி) என வாரிசு அரசியலின் தொடர்ச்சி இன்னும் வெகுகாலத்துக்கு அரசியலில் நீடிக்கும் என்பது தெளிவாகிறது.

சரத் பவாரின் தேசியவாத காங்கிரஸில் அவரது மகள் சுப்ரியா சுலே, அரசியலில் அடுத்த வாரிசு. பஞ்சாபில் இரண்டு முக்கியக் கட்சிகளான காங்கிரஸும், அகாலி தளமும், வாரிசு அரசியலையே நம்பியிருக்கின்றன. உத்தர பிரதேசத்தில், சமாஜ்வாடி கட்சியில் முலாயம் சிங்கின் மகன் அகிலேஷ் சிங் யாதவ். மஹாராஷ்டிராவில் தாக்கரே, ஒரிஷாவில் பட்நாயக், ஹரியானாவில் ஹூடா, மேகாலயாவில் சங்மா, பீகாரில் லல்லு பிரசாத் யாதவின் மகன் தேஜஸ்வி யாதவ் என, இன்னும் நிறைய உதாரணங்கள் மாநிலங்கள்தோறும் நிறைந்திருக்கின்றன.

குடும்ப, வாரிசு அரசியலுக்கு எதிரானவர்கள் என காட்டிக்கொள்ளும் பாரதிய ஜனதாவிலும் அதற்குப் பஞ்சமில்லை. ஹரியானாவின் இரு முறை முதலமைச்சராக இருந்த பிரேம் குமார் துமாலின் மகன் அனுராக் தாக்கூர், நாடாளுமன்ற உறுப்பினர். வசுந்தரா ராஜேவின் மகன், ஜஸ்வந்த் சிங்கின் மகன் ஆகியோர் பெற்றோரைப் பின்பற்றி அரசியலுக்கு வந்தவர்களே. வாரிசு மற்றும் குடும்ப அரசியலைப் பொறுத்தவரை, அரசியல் கட்சிகளுக்கு வடக்கு - தெற்கு, கிழக்கு - மேற்கு என்ற எந்த வேறுபாடும் இல்லை. கம்யூனிஸ்ட் கட்சிகளுக்கு வேண்டுமானால் இதில் கொஞ்சம் விதிவிலக்கு இருக்கலாம்.

2006, காங்கிரஸ் கட்சியின் பொதுக்கூட்டம் ஹைதராபாத்தில் நடைபெற்றது. கட்சியில் ராகுலுக்குப் பெரிய பொறுப்புகளைக் கொடுக்க வேண்டும் என்ற கருத்து படிப்படியாக வலுப்பெற்று

வந்தது. அது இந்தப் பொதுக்கூட்டத்தில் வெளிப்படவும் செய்தது. பொதுக்கூட்டத்துக்கு முந்தைய தினம், உத்தர பிரதேச காங்கிரஸ் தலைவர் சல்மான் குர்ஷித்துக்கு, ஜிதின் பிரசாதா கடிதம் ஒன்றை எழுதினார். கட்சியில் பெரிய பொறுப்புகளை ராகுல் காந்தி ஏற்க வேண்டும் என்று உத்தர பிரதேச இளைஞர் காங்கிரஸ் சார்பில் எழுதப்பட்ட அந்தக் கடிதத்தில் வலியுறுத்தப்பட்டிருந்தது. அதே கருத்தை வலியுறுத்தி, பொதுக்கூட்டத்திலும் பெரும்பாலான காங்கிரஸார் வலியுறுத்தினர். இதையொட்டி, காங்கிரஸின் பொதுச் செயலாளரும், மத்திய பிரதேசத்தின் முன்னாள் முதல்வருமான திக்விஜய் சிங் தெரிவித்த கருத்து, முக்கியத்துவம் பெற்றது. ராகுல் பெரிய பொறுப்புக்குத் தயாராகிவிட்டார். அவருக்குச் சரியான நேரத்தில் பொறுப்புகளைக் கொடுப்பது மட்டும்தான் நாம் செய்ய வேண்டியது என்றார். இதே கருத்தை, மூத்த தலைவர்கள் அம்பிகா சோனியும், அசோக் கேலாட்டும் தெரிவித்தனர்.

இந்தப் பொதுக்கூட்ட நிகழ்ச்சி நிரலில், பேசுவோர் பட்டியலில் ராகுலின் பெயர் இல்லை. முதல் நாள் அமர்வின்போது, ராகுலை பேசச்சொல்லி காங்கிரஸ் உறுப்பினர்கள் ஆரவாரம் செய்தனர். கூட்டத்தைக் கட்டுப்படுத்தும் பொருட்டு, அடுத்த நாள் பேசுவதாக ராகுல் உறுதி அளித்தார். மறுநாள் அவர் பேசியபோது, வடஇந்தியாவில் கட்சியை வலுப்படுத்த வேண்டிய தேவை இருக்கிறது என்று சொன்னார். சில மாநிலங்களில் கட்சி சரியாகச் செயல்படவில்லை. அங்கு காங்கிரஸின் தோல்விக்கும், மோசமான செயல்பாடுகளுக்கும் சாதி, மதப் பிரச்னைகளை காரணமாகச் சொல்கின்றனர். ஆனால், இது ஏற்றுக்கொள்ளும்படியான காரணமாக இல்லை. மக்களின் பிரச்னைகளைப் புரிந்துகொள்ளாமல்,

அவர்களின் தேவைக்குத் தோள் கொடுத்துப் போராடாமல் போன இடங்களில் மட்டும்தான் நாம் தோற்றுப்போனோம் என்று பேசினார் ராகுல்.

2007-ல் நடைபெற்ற உத்தர பிரதேச மாநில சட்டப்பேரவைத் தேர்தல், ராகுல் காந்திக்கு முதல் பரீட்சையாக அமைந்தது. மாநிலம் முழுவதும் தீவிரப் பிரசாரம் மேற்கொண்டார். ஆனால், தேர்தல் முடிவுகள் காங்கிரஸுக்குச் சாதகமானதாக இல்லை. வெறும் 22 இடங்களை மட்டுமே அக்கட்சி கைப்பற்றியது. காங்கிரஸின் வாக்கு வங்கி 8 சதவீதமாகக் குறைந்திருந்தது. மாயாவதியின் பகுஜன் சமாஜ் கட்சி, 206 இடங்களைப் பெற்று, பலம் பொருந்திய கட்சியாக ஆட்சி அமைத்தது. ராகுல் காந்தியின் அரசியல் இப்படித் தோல்வியில் தொடங்கியது காங்கிரஸுக்குக் கவலையைத் தரவில்லை. கடினமான ஜாதி அரசியல் களமான உத்தர பிரதேசம், ராகுல் காந்தியின் அரசியல் பயிற்சிக் களமாக மட்டுமே பார்க்கப்பட்டது. 2007, செப்டம்பர் 24-ஆம் தேதி, காங்கிரஸ் கட்சியின் பொதுச் செயலாளராக அறிவிக்கப்பட்டார் ராகுல் காந்தி. மாணவர் காங்கிரஸ் மற்றும் இளைஞர் காங்கிரஸ் அமைப்புகளை வழிநடத்தும் பொறுப்பும் ராகுல் காந்திக்கு வழங்கப்பட்டது. கட்சியில் பெரிய பொறுப்புகளை அவர் ஏற்பதற்கான அறிகுறிகள், முந்தைய ஆண்டு ஹைதராபாத்தில் நடைபெற்ற பொதுக்கூட்டத்தின்போதே தென்பட்டது.

இளைஞர் காங்கிரஸுக்கு புத்துணர்வு ஊட்ட வேண்டிய தேவை இருந்தது. பொதுவாக, இந்த அமைப்பின் நிர்வாகிகள், அரசியல் பின்புலம் மற்றும் பணபலம் ஆகியவற்றின் அடிப்படையில் நியமிக்கப்பட்டனர். ஆனால், தகுதியின்

அடிப்படையில் உறுப்பினர்களைத் தேர்ந்தெடுக்க ராகுல் முடிவு செய்தார். முதல் கட்டமாக, அமைப்பை வழி நடத்தும் செயல்வீரர்கள் 40 பேரைத் தேர்வு செய்ய முடிவெடுத்தார். 2008, நவம்பர் 12-ஆம் தேதி, டெல்லியில் உள்ள தனது வீட்டில் நேரடியாகக் கலந்தாய்வு செய்தார். நாடு முழுவதிலும் இருந்து ஏராளமான இளைஞர் காங்கிரஸ் நிர்வாகிகள் கலந்துகொண்டனர். குற்றப் பின்னணி கொண்டவர்கள் நிராகரிக்கப்பட்டனர். தேர்வு செய்யப்பட்டவர்களிடையே வெளிப்படைத்தன்மை, பொறுப்பேற்றுக்கொள்ளுதல், செயல்திறனை ஆராய்தல் என, நிறுவனங்களில் பின்பற்றும் நடைமுறைகளை அறிமுகப்படுத்தினார். ராகுல் காந்தியின் இந்த முயற்சி, கை மேல் பலன் கொடுத்தது. புத்துணர்வு ஊட்டப்பட்ட இளைஞர் காங்கிரஸார், உற்சாகத்தோடு களத்தில் பணியாற்றினர். இந்தியாவின் அனைத்து மாநிலங்களிலும் இளைஞர் மற்றும் மாணவர் காங்கிரஸில் லட்சக்கணக்கான உறுப்பினர்களைச் சேர்க்கும் பணி முடுக்கிவிடப்பட்டது. இரண்டு லட்சமாக இருந்த உறுப்பினர் எண்ணிக்கை, இருபத்தைந்து லட்சமாக உயர்ந்தது. தமிழகத்தில் மட்டும் பன்னிரெண்டு லட்சத்துக்கும் அதிகமானோர் உறுப்பினர்களாகச் சேர்க்கப்பட்டனர். இதன்மூலமாக, கட்சியில் தனக்கான ஆதரவு தளத்தை ராகுல் பெருக்கிக்கொண்டார்.

அமைச்சரவையில் ராகுல் காந்தி இருக்க வேண்டும் என நான் விரும்பினேன். அமைச்சராகப் பொறுப்பேற்றுக்கொள்ளும்படி பலமுறை அவரை வற்புறுத்தினேன். ஆனால், இதுவரை அவர் ஏற்றுக்கொள்ளவில்லை என, 2009-ல் மன்மோகன் சிங் குறிப்பிட்டார். சில மாதங்களுக்குப் பிறகு

மீண்டும் பேசிய மன்மோகன் சிங், அமைச்சரவையில் பங்கெடுக்க ராகுல் இன்னும் ஒப்புக்கொள்ளவில்லை. அவர் அமைச்சரவையில் இணைந்தால் நான் மகிழ்ச்சி அடைவேன் என்று சொன்னார். ராகுல் காந்தியின் இந்த விருப்பமற்ற தன்மை புரிந்துகொள்ளக்கூடியதே. ராஜீவும் சோனியாவும் ஆரம்பத்தில் விருப்பமில்லாமல் இருந்தார்கள் என்பதை இங்கே பொருத்திப் பார்க்கலாம். 2011 ஜூன் 19-ஆம் தேதி. ராகுலுக்கு 41 வயது. ராகுல், பிரதமராகப் பதவியேற்க வேண்டிய நேரம் வந்துவிட்டது. 40 வயதைக் கடந்திருக்கிறார். அவர் அரசியலுக்கு வந்து எட்டு ஆண்டுகளுக்கும் மேல் ஆகிவிட்டது என, ராகுலுக்கு நெருக்கமான காங்கிரஸ் தலைவர் திக்விஜய் சிங் சொன்னார். காங்கிரஸின் அப்போதைய செய்தி தொடர்பாளர் ஜெயந்தி நடராஜன், பிரதமர் பதவியில் எந்த மாற்றமும் இப்போது இல்லை. மன்மோகன் சிங்கே பிரதமராகத் தொடர்வார். ராகுல் காந்தி, காங்கிரஸுக்கும் இந்தியாவுக்கும் எதிர்காலத் தலைவர் என விளக்கமும் கொடுத்தார். 2011-ல் நடந்த அமைச்சரவை மாற்றத்தில், ஜெயந்தி நடராஜனுக்கு அமைச்சரவையில் இடம் கொடுக்கப்பட்டது. அதற்குப் பிறகு, 2013-ல் அமைச்சர் பதவியில் இருந்து ராஜிநாமா செய்தார். பின்னர், 2015-ல் காங்கிரஸ் கட்சியின் தலைமை மீது முரண்பட்டு கட்சியில் இருந்து விலகினார்.

அமைச்சரவையில் பங்கேற்க பலமுறை அழைப்பு விடுக்கப்பட்டும், அதனை ஏற்க மறுத்தார் ராகுல் காந்தி. அந்த முடிவு, அவரை சுதந்திரமாகக் கட்சிப் பணியாற்ற உதவியது. தொடர்ந்து, பலதுறை நிபுணர்களைச் சந்தித்து உரையாடினார். நாடு முழுவதும் பயணம் செய்து, மாணவர்களைச் சந்தித்தார். கிராம மக்களுடன் உரையாடினார். உத்தர

பிரதேச மாநிலத்தின் மக்களுக்கான தேவைகள், முக்கியப் பிரச்னைகள், அவற்றுக்கான தீர்வுகள் ஆகியவற்றைத் தெரிந்துகொள்ள ஆர்வத்துடன் செயல்பட்டார். பயணத்தின்போது, திடீரென வாகனத்தை நிறுத்தி மக்களிடம் உரையாடுவதை ராகுல் வழக்கமாக வைத்திருந்தார். தேசிய ஊரக வேலைவாய்ப்புத் திட்டத்தைப் பற்றி அவர்களுக்கு எடுத்துச்சொல்வார். அவ்வப்போது, வெளிநாட்டு அரசு முறைப் பயணங்களையும் மேற்கொண்டார்.

உடலைத் தகுதியாக வைத்துக்கொள்வதில் ராகுல் அக்கறையோடு இருந்தார். எவ்வளவு பணிச்சுமை இருந்தாலும், உடற்பயிற்சி செய்வதற்கு நிச்சயம் நேரம் ஒதுக்கிவிடுவார். 2008-ல், குத்துச்சண்டை கற்றுக்கொள்ளராகுல்விரும்பினார்.துரோணாச்சார்யா விருது பெற்ற பயிற்சியாளர் ஓம் பிரகாஷ் பரத்வாஜ் அவர்களை அணுகினார். குத்துச்சண்டை வீரராகி போட்டியில் கலந்துகொள்ளும் எண்ணமெல்லாம் ராகுலுக்கு நிச்சயமாக இல்லை. தற்காப்புக்காக அதைக் கற்றுக்கொள்ள நினைத்தார். பயிற்சியாளரும், அதற்குச் சம்மதித்தார். ராகுல் வீட்டிலேயே பயிற்சி கொடுக்கப்பட்டது. வாரத்துக்கு மூன்று நாள்கள் பயிற்சியில், குத்துச்சண்டையை முறையாகக் கற்றுக்கொண்டார்.

ராகுல், அதே வருடத்தில் பாரா-கிளைடிங் பயிற்சியும் பெற்றார். அமேதியில் தன்னுடன் பணியாற்றிய எட்டு பேருடன், மகாராஷ்டிரா மாநிலத்தின் காம்சேட் என்ற இடத்தில் முகாமிட்டார். அங்கிருக்கும் நிர்வாணா அட்வென்சர்ஸ் என்னும் நிறுவனத்தில், பாரா-கிளைடிங் அவர்கள் பயிற்சி எடுத்துக்கொண்டனர். 2008, ஜனவரி 28 முதல் 30 வரை, மூன்று நாள்களுக்கு அந்தப் பயிற்சி நடைபெற்றது. புனேயில் இருந்து 85

கி.மீ. தொலைவில் இருந்த காம்சேட்டில், ராகுலும் அவரது அரசியல் பணியாளர்களும், பயிற்சியோடு அரசியல் ஆலோசனைகளிலும் ஈடுபட்டனர். காலையில் பாரா-கிளைடிங் பயிற்சி, மாலையில் அரசியல் கலந்தாலோசனை என, பயனோடு அந்த நாள்கள் கழிந்தன. எப்போதும், ஆயுதம் ஏந்திய பாதுகாப்பு அதிகாரிகள் புடைசூழ இருக்கும் ராகுல், இங்கு சுதந்திரமாகப் பயிற்சி பெற்றார். மூன்று நாள்கள் பயிற்சியின் முடிவில், ராகுல் பாரா-கிளைடிங்கில் முழுவதும் தேர்ச்சி பெற்றிருந்தார். ராகுலின் கூர்ந்து கவனிக்கும் திறன், விரைவாகக் கற்றுக்கொள்ள அவருக்கு உதவியது.

ராகுலை முதிர்ச்சியான அரசியல் தலைவராக எதிர்கட்சிகள் கருதவில்லை. அவரை "பப்பு" என்றும் "அமுல் பேபி" என்றும் விமர்சித்தனர். 2008 நவம்பரில், ராகுலைப் பற்றிய உங்களுடைய மதிப்பீடு என்னவென்று பாரதிய ஜனதா தலைவர் ராஜ்நாத் சிங்கிடம் கேட்கப்பட்டது. ராகுலை இன்னும் தான் குழந்தையாகவே பார்ப்பதாகவும், அவரைப் பற்றி கருத்து தெரிவிக்க எதுவும் இல்லை எனவும் தெரிவித்தார். இந்தக் கருத்துக்கு, சிறிது நாள்களுக்குப் பிறகு பதில் அளித்தார் ராகுல். என்னை குழந்தை என அழைப்பது இருக்கட்டும். ஆனால், நீங்கள் விரும்பியோ விரும்பாமலோ, இந்திய மக்கள் தொகையில் 70 சதவீதத்தினர் குழந்தைகள்தான் (இளைஞர்கள்) என்பதைப் புரிந்துகொள்ளுங்கள் என்றார். ராகுலை, பாரதிய ஜனதா தலைவர்கள் குழந்தை என விமர்சிப்பது அது முதல் முறையல்ல.

2009 பொதுத்தேர்தல் நெருங்கிக்கொண்டிருந்தது. ராகுல்தான், இந்தத் தேர்தலில் காங்கிரஸ் கட்சியின் நட்சத்திரமாக இருந்தார். 2004-ஆம் ஆண்டைவிட,

அவரின் செயல்பாடுகளில் இப்போது முன்னேற்றம் தெரிந்தது. மிகுந்த நம்பிக்கையோடு மக்களைச் சந்தித்தார். காங்கிரஸின் பிரதமர் வேட்பாளர் யார் என்ற கேள்வி மீண்டும் எழுந்தது. அப்போது, அர்ஜுன் சிங் உள்ளிட்ட மூத்த தலைவர்கள் சிலர், ராகுல் காந்தியின் பெயரை முன்மொழிந்தனர். மன்மோகன் சிங் பிரதமராக இருந்த சமயம் அது. தலைவர்கள் சிலரின் இந்தக் கருத்து, மன்மோகனைக் குறைத்து மதிப்பிடுவதாகக் கருதியது காங்கிரஸ். அதனால், ராகுல் காந்தி பிரதமர் வேட்பாளர் இல்லை என அதிகாரப்பூர்வமாக உறுதி செய்தது காங்கிரஸ். தேர்தலுக்கு முந்தைய கருத்துக் கணிப்புகள் அனைத்தும், காங்கிரஸ் கூட்டணி இந்த முறை தோல்வியைத் தழுவும் என்றன. ஆட்சியைத் தக்கவைக்க காங்கிரஸ் கடும் முயற்சியை மேற்கொண்டது. கூட்டணியிலும் பல்வேறு குழப்பங்கள் நிலவின. மூத்த தலைவர்களின் முகங்களில் தோல்வியின் ரேகை தெரிந்தது. ஆனால், ராகுல் காந்தியின் இளைஞர் குழுவினர் மிகுந்த நம்பிக்கையோடு மறுபுறம் வேலை செய்துகொண்டிருந்தனர். அவர்களிடம் சரியான திட்டமிடல் இருந்தது. கருத்துக் கணிப்புகளையோ, உட்கட்சியில் நிகழ்ந்த மாறுபட்ட கருத்துகளையோ கவனத்தில் கொள்ளவில்லை. அந்தத் தேர்தலில் ராகுல் காந்தியின் உழைப்பு மிக முக்கியமானது. நாடு முழுவதும் சுமார் 125 இடங்களில் பொதுக்கூட்டம் ஏற்பாடு செய்யப்பட்டது. அவற்றில் கலந்துகொண்டு பிரசாரம் செய்தார். சுமார் 85,000 கிலோமீட்டர் தூரம் தேர்தல் பிரசாரம் செய்திருந்தார். இது, சோனியா, மன்மோகன் இருவரின் ஒட்டுமொத்த பிரசார தூரத்தைவிட அதிகமானது. உத்தர பிரதேச மாநிலத்திலும் ராகுல் கூடுதல் கவனம் செலுத்தினார்.

ராகுல் காந்தியின் முயற்சிக்கும், அவரது குழுவின் கடுமையான உழைப்புக்கும் மக்கள் பரிசளித்தனர்.

உத்தர பிரதேசத்தில் உள்ள 80 நாடாளுமன்றத் தொகுதிகளில் 21 தொகுதிகளைக் கைப்பற்றி, தனது இருப்பை மீண்டும் உறுதிசெய்தது காங்கிரஸ். துவண்டுபோயிருந்த காங்கிரஸை மீட்டெடுத்ததில் ராகுலுக்குப் பெரும் பங்கு இருந்தது. தேர்தலுக்கு முந்தைய கருத்துக் கணிப்புகள் அனைத்தும் பொய்யாகிப்போயின. மக்களின் ஆதரவு காங்கிரஸுக்குக் கிடைத்தது. நாடு முழுவதும் 206 இடங்களில் வெற்றிபெற்றது காங்கிரஸ். ஐக்கிய முற்போக்குக் கூட்டணி, காங்கிரஸ் தலைமையில் இரண்டாவது முறை தனது ஆட்சியைத் தக்கவைத்துக்கொண்டது. இரண்டாவது முறையாக, மன்மோகன் சிங் மீண்டும் பிரதமரானார். 2009 ஜூன் மாதம், நாடாளுமன்றத்தின் முதல் பெண் சபாநாயகராக மீரா குமார் தேர்வு செய்யப்பட்டார். அமேதி தொகுதியில், மூன்று லட்சம் வாக்குகள் வித்தியாசத்தில் வெற்றிபெற்று, இரண்டாவது முறையாக நாடாளுமன்ற உறுப்பினர் ஆனார் ராகுல். தேர்தல் முடிவுகள் வெளியானதும், காங்கிரஸ் கமிட்டி கூடியது. ராகுல் காந்தியின் கடின உழைப்பை அங்கீகரித்து, தீர்மானம் நிறைவேற்றியது. தனது அரசியல் பயணத்தில், அடுத்தடுத்த படிகளில் ஏறத் தயாரானார் ராகுல் காந்தி.

இளைஞர் மற்றும் மாணவ காங்கிரஸ் அமைப்புகளின் உறுப்பினர் சேர்க்கை தொடர்ந்து நடைபெற்றுவந்தது. 2009-ல், அதன் எண்ணிக்கை 1 கோடியைத் தொட்டது. பின்னர், அது இரு மடங்கை எட்டுவதற்குத் தேவையான பணிகள் தீவிரமாக நடைபெற்றன.

12, துக்ளக் லேனில், ராகுல் காந்தியின் குழு, மின்னல் வேகத்தில் செயல்பட்டது. காங்கிரஸ் கட்சிக்கு இந்த வேகம் புதுமையானது. 2009-ல் நடந்த சம்பவம் அதற்குச் சிறந்த உதாரணமாக இருந்தது. 2009 மார்ச் 25-ல், தேர்தல் பிரசாரத்துக்காக புதுச்சேரிக்கு ராகுல் செல்லவேண்டி இருந்தது. ஆனால், அதே நேரத்தில் டெல்லியில் இளைஞர் காங்கிரஸ் பொதுக்கூட்டமும் இருந்தது. இது தொடர்பாக, டெல்லியில் இருந்த இளைஞர் காங்கிரஸ் அலுவலகத்துக்கு புதுச்சேரி காங்கிரஸார் மின்னஞ்சல் ஒன்றை அனுப்பினர். அந்தத் தகவல் உடனே ராகுல் காந்தியின் குழுவில் இருந்த கனிஷ்கா சிங்குக்குச் சொல்லப்பட்டது. சில நிமிடங்களில், புதுச்சேரி அலுவலகத்தைத் தொடர்புகொண்டு, ராகுலின் புதுச்சேரி பயணம் ஒத்திவைக்கப்படுவதாகத் தெரிவிக்கப்பட்டது. இப்படி, விரைவாகச் செயல்படும் காங்கிரஸின் வேகம், அதன் வளர்ச்சிக்கு மிகவும் தேவையாக இருந்தது.

ராகுலின் குழுவில் முக்கியமான உறுப்பினராக இருந்தவர் கனிஷ்கா சிங். முன்னாள் ஆளுநர் ஆர். கே. சிங்கின் மகன். ராகுலைவிட ஆறு வயது இளையவர். எம்.பி.ஏ. பட்டதாரி. அமெரிக்காவில் செய்துகொண்டிருந்தபணியைவிட்டுவிட்டு, ராகுலின் குழுவில் இணைந்தவர். காங்கிரஸிலும் பாஜகவிலும், வயதில் மூத்த தலைவர்களே பொறுப்புகளில் இருந்தனர். மன்மோகன் சிங் இரண்டாவது முறை பிரதமரானபோது அவருக்கு 77 வயது. 2014 தேர்தலில் காங்கிரஸ் வெற்றிபெற்றால் அவர் மீண்டும் பிரதமராக வாய்ப்பில்லை. சோனியாவும் பிரதமராவதற்கு விருப்பம் காட்டவில்லை. அதனால், காங்கிரஸின் அடுத்த பிரதமர் வேட்பாளராக ராகுல்தான் ஒரே தேர்வாக இருப்பார். பாரதிய

ஜனதாவிலும் வாஜ்பாய், அத்வானி தவிர்த்து, அடுத்த தலைவரைத் தேர்ந்தெடுக்க வேண்டிய கட்டாயம் இருந்தது. இத்தகைய கணக்கோடுதான், தீவிரமாகச் செயல்பட்டுக்கொண்டிருந்தார் கனிஷ்கா சிங். காங்கிரஸ் மூத்த தலைவரும், ராகுலின் நெருங்கிய ஆலோசகருமான திக்விஜய் சிங்கும் இதைத்தான் 2005 முதல் சொல்லிவந்தார். ராகுலுடன், கனிஷ்கா சிங் மிக நெருக்கமாக இருந்தார். ராகுலின் தினசரி நிகழ்ச்சிகளை அவர்தான் ஒருங்கிணைத்தார். ராகுலின் நிழலாகவே தொடர்ந்தார். ராகுலைத் தொடர்புகொள்ள கனிஷ்கா சிங்தான் ஒற்றை வழி என்ற அளவுக்கு செல்வாக்கு பெற்றிருந்தார். ராகுலின் மின்னஞ்சலை வாசித்து, ராகுல் அன்றைக்கு யாரைப் பார்க்க வேண்டும் என்று அவர்தான் முடிவெடுத்தார். சில நேரங்களில், கனிஷ்கா மீது குற்றச்சாட்டுகளும் எழுந்தன. முன்னாள் அமைச்சராக இருந்த அகிலேஷ் தாஸ், 2008-ல் காங்கிரஸில் இருந்து விலகி, மாயாவதியின் பகுஜன் சமாஜ் கட்சியில் இணைந்தார். அவர் அப்போது சோனியாவுக்கு எழுதிய கடிதத்தில், ராகுலைச் சுற்றி அவரை நெருங்கமுடியாத அளவுக்கு ஒரு குழு செயல்படுகிறது என்று குறிப்பிட்டிருந்தார். கனிஷ்கா சிங்கின் தந்தை, பாரதிய ஜனதாவுக்கு நெருக்கமாக இருந்தவர். அவர், காங்கிரஸ் சார்பில் ராஜஸ்தான் மாநில ஆளுநராக நியமிக்கப்பட்டது, ராகுல் காந்தியுடன் கனிஷ்கா சிங் நெருக்கமாக இருப்பதால்தான் என்றும் குற்றம் சாட்டினார்.

ராகுலின் குழுவில், அடுத்ததாகக் குறிப்பிடத் தகுந்தவர் சச்சின் ராவ். ராகுலின் வயதுதான் அவருக்கும். மென்பொருள் துறையில் பணி செய்துகொண்டிருந்தார். மிச்சிகன் பிஸினஸ் ஸ்கூலில் எம்.பி.ஏ. பட்டம் பெற்றவர். வறுமை மற்றும் சமூகப் பொருளாதாரக் கட்டமைப்பு

சார்ந்த செயல்பாடுகளில் ஆர்வம் மிக்கவர். ராகுல், அமேதியில் தலித்துகளின் வீடுகளுக்குச் சென்றதும், ராஜஸ்தானில் தொழிலாளர்களோடு செங்கல் சுமந்ததும், சச்சின் ராவிடம் இருந்து ஏழைமையைப் புரிந்துகொள்வதற்காகக் கற்ற பாடங்களே.

காங்கிரஸின் வளர்ச்சிக்காக, ராகுலின் குழுவில் இன்னும் சிலரும் வேலை செய்துகொண்டிருந்தார்கள். ஜிதேந்திரா சிங், ராஜஸ்தானைச் சேர்ந்தவர். ஜெர்மனியில் பொறியியல் படித்தவர். ராகுலின் குழுவில் இணைவதற்கு முன், ராஜஸ்தான் சட்டப்பேரவை உறுப்பினராக இரண்டு முறை இருந்தவர். அதற்குப் பிறகு அவர் நாடாளுமன்ற உறுப்பினராகவும், மத்திய அமைச்சராகவும் ஆனார்.

மீனாட்சி நடராஜன். உயிரி-வேதியியல் பாடப்பிரிவில் முதுகலைப் பட்டம் பெற்றவர். மத்திய பிரதேசம், இந்தூரில் உள்ள கல்லூரியில் சட்டம் பயின்றவர். அவருடைய பெற்றோர்கள், தமிழகத்தைச் சேர்ந்தவர்கள். அப்பா, ரயில்வே ஊழியராக இருந்ததால், மத்திய பிரதேசத்துக்குக் குடிபெயர்ந்தனர். மீனாட்சி, மத்திய பிரதேசத்தில் பிறந்து வளர்ந்தவர். இவரும் நாடாளுமன்ற உறுப்பினராகத் தேர்வானார்.

அசோக் தன்வர். ஹரியானாவின் முன்னாள் முதல்வர் ஓம் பிரகாஷ் சவுதாலாவின் சொந்தத் தொகுதியில் போட்டியிட்டு நாடாளுமன்ற உறுப்பினராக ஆனார்.

மாணிக்கம் தாகூர். தமிழகத்தைச் சேர்ந்தவர். இளைஞர் மற்றும் மாணவர் காங்கிரஸில் பல்வேறு பொறுப்புகளில் இருந்திருக்கிறார். 2009-ல், விருதுநகர் தொகுதியில் வைகோவை எதிர்த்துப் போட்டியிட்டு வென்று நாடாளுமன்ற உறுப்பினராக ஆனார்.

இப்படி, ராகுல் தனது குழுவுக்குத் தேர்ந்தெடுத்த அனைவரும், வலிமையான அரசியல் எதிரிகளை வென்று நாடாளுமன்ற உறுப்பினராக ஆனவர்கள் என்பது குறிப்பிடத்தக்கது. இவர்கள், காங்கிரஸ் கட்சியைப் பலப்படுத்த ராகுலுக்கு உதவியாக இருந்தார்கள்.

ராகுலைப் பல இடங்களில், பல்வேறு நிகழ்ச்சிகளில் சந்திக்கும் இளைஞர்கள் பலரும் ஒரே கருத்தைக் கொண்டிருந்தனர். அரசியலில் நேர்மையானவர்கள் மதிக்கப்படுவதில்லை. எந்தப் பின்புலமும் இல்லாமல் அரசியலுக்கு வருபவர்கள், குறிப்பிட்ட இடத்தைத் தாண்டி முன்னேறமுடியாத சூழல் இருக்கிறது என்றும் தெரிவித்தனர். அவர்களில் பலரிடம், உண்மையான ஆர்வமும், சமூக நோக்கமும் இருப்பதை ராகுல் புரிந்துகொண்டார். இதுதான், ராகுலை இளைஞர் காங்கிரஸ் அமைப்பை ஜனநாயகப்பூர்வமாக வழி நடத்த வழிவகுத்தது.

ராகுல் பொறுப்புக்கு வரும் முன், இளைஞர் காங்கிரஸ் பயனற்றதாக இருந்தது. பல மாநிலங்களில் இருந்த இளைஞர் காங்கிரஸ் பொறுப்பாளர்கள், அதிகபட்ச வயது வரம்பான 35 வயதைத் தாண்டியவர்களாக இருந்தனர். இந்திய மக்கள் தொகையில் மூன்றில் ஒரு பங்கினர், 35 வயதுக்கும் குறைவான வயது உடையவர்கள். இவர்களை பல்வேறு அமைப்புகளில் பிரதிநிதித்துவப்படுத்துவது அவசியம் எனச் சொன்னார், அப்போதைய இளைஞர் காங்கிரஸ் தலைவராக இருந்த அசோக் தன்வர். இவர், 2005 முதல் 2010 வரை, இளைஞர் காங்கிரஸ் தலைவராக இருந்தார். ராகுலுக்கு முன்னும் பின்னும், இளைஞர் காங்கிரஸின் செயல்பாடுகளை நெருக்கமாக இருந்து பார்த்தவர். முப்பத்தைந்து வயதைத்

தாண்டிய இளைஞர் காங்கிரஸ் பொறுப்பாளர்களின் பட்டியல் தயார் செய்யப்பட்டது. இமாச்சல் பிரதேசத்தின் சுக்விந்தர் சிங் சுக்கு, ஆந்திராவின் டி. வெங்கட ராவ், கர்நாடகாவைச் சேர்ந்த தினேஷ் குண்டுராவ், சட்டீஸ்கரின் தேவ்ராட் சிங் ஆகியோர், முப்பத்தைந்து வயது தாண்டிய பிறகும் இளைஞர் காங்கிரஸ் பொறுப்பில் இருந்தவர்கள். அனைவரும் சட்டப்பேரவை அல்லது நாடாளுமன்ற உறுப்பினர்களாகவும் இருந்தனர். அனைவரும் கட்சிப் பொறுப்புகளில் இருந்து மாற்றப்பட்டனர்.

ஜோதிராதித்யா சிந்தியா, சச்சின் பைலட், ஜிதின் பிரசாதா, தீபேந்தர் ஹூடா ஆகியோரும் ராகுலின் குழுவில் இருந்தனர். இந்தியா முழுவதும் சுற்றுப்பயணம் செய்து மக்களைச் சந்திப்பதுதான் இவர்களது பிரதான பணி. இவர்கள் அனைவரும் வலுவான குடும்ப அரசியல் பின்னணி கொண்டவர்கள். இவர்களில் ஜோதிராதித்யா சிந்தியா, சச்சின் பைலட், ஜிதின் பிரசாதா மூவரும் காங்கிரஸ் அரசில் இளம் அமைச்சர்கள் ஆனார்கள்.

ராகுல் தேர்வு செய்த இளைஞர்கள் தவிர, சில மூத்த அரசியல்வாதிகளும் ராகுலுக்கு ஆலோசகர்களாக இருந்தனர். அவர்களில் குறிப்பிடத்தக்கவர்கள், ராஜீவ் காந்தி கொண்டுவந்த தொலைத்தொடர்புப் புரட்சியில் பங்கெடுத்த சாம் பிட்ரோடா, காங்கிரஸ் அரசில் அமைச்சராக இருந்த ஜெய்ராம் ரமேஷ், முன்னாள் அமைச்சர் மணிசங்கர் அய்யர், மகாராஷ்டிர முன்னாள் முதலமைச்சர் பிரித்விராஜ் சவுகான், மத்திய பிரதேச மாநில முன்னாள் முதல்வர் திக் விஜய் சிங். இவர்கள் அனைவரும் அரசியலில் ராகுல் அனுபவம் பெற உதவினர். அரசும் அமைப்புகளும் செயல்படும்

விதம் குறித்து, தங்களுடைய அனுபவங்களை ராகுலுக்குக் கற்றுக்கொடுத்தனர்.

பொதுவாக, ராகுல் தனது அரசியல் பயணங்களின் போதும், பிரசாரத்தின்போதும் மக்களின் வீடுகளுக்கு நேரில் செல்வார். தலித்துகளின் வீடுகளிலும், ஏழைமையானவர்களின் வீடுகளிலும் அமர்ந்து, அவர்களோடு உணவருந்துவார். அவர்களின் பிரச்னைகளைக் காது கொடுத்துக் கேட்பார். அதையே அடுத்தடுத்த நாள்களில் நாடாளுமன்றத்தில் விவாதிப்பார். அதனால்தான், நேரடியாகக் களத்தில் பார்க்கும் எளிய மனிதர்களை உதாரணம் காட்டி அவரால் பேச முடிந்தது. அவருடைய பெரும்பாலான நாடாளுமன்றப் பேச்சுகள், இப்படி நேரடி அனுபவங்களை மையப்படுத்தியே இருந்தன.

2010, பிப்ரவரி மாதம். மும்பையில் இளைஞர் மற்றும் மாணவர் காங்கிரஸாரை சந்திப்பது ராகுலின் திட்டம். ராகுல் காந்திக்கு எதிராக கறுப்புக் கொடி போராட்டம் செய்யப்போவதாக சிவசேனா அறிவித்தது. மும்பை, அனைத்து இந்தியர்களுக்கும் சொந்தம் என ராகுல் கூறிய கருத்துக்கு எதிர்வினை அது. சிவசேனாவின் எச்சரிக்கையையும் மீறி மும்பை சென்றார் ராகுல். திட்டமிட்டபடி, மாணவர்களிடையேயும் பேசினார். அடுத்த இடத்துக்குச் செல்ல ஹெலிகாப்டரை பயன்படுத்தவில்லை. வங்கி ஏ.டி.எம்.-க்கு சென்று வரிசையில் நின்று பணம் எடுத்தார். ரயில் நிலையத்துக்குச் சென்று பயணச்சீட்டு வாங்கி ரயிலில் பயணித்தார். சக பயணிகளோடு அமர்ந்து, இயல்பாகப் பேசிக்கொண்டு போனார். அந்த ரயில், சிவசேனாவின் தலைமை அலுவலகத்தைக் கடந்து சென்றுகொண்டிருந்தது. தெரிந்தோ தெரியாமலோ, ராகுல் இப்படிச் செய்யும் சாகசச் செயல்கள்

எல்லாம், அவரது குடும்பத்துக்கே உரிய தைரியத்தை வெளிப்படுத்தியது. இந்தச் செயல், பொதுமக்களுக்கு வெகு அருகே ராகுல் இருப்பதை உணர்த்தியது.

2010-ல், இந்தியா வந்திருந்த பில்கேட்ஸ், ராகுலோடு உத்தர பிரதேசத்தில் சில கிராமங்களுக்குப் பயணம் செய்தார். அங்கு நிலவிய சூழலை ராகுல் அவருக்கு நேரடியாகக் காண்பித்தார். அதையொட்டி, அந்தக் கிராமங்களை முன்னேற்றும் அடுத்தகட்ட திட்டங்கள் குறித்து இருவரும் பேசினர். ராகுல், கிராமங்களுக்குச் செல்லும் ஆர்வம் மிக்கவராக இருக்கிறார். கிராமத்தினரோடு இயல்பாகவும் எளிமையாகவும் நடந்துகொள்கிறார். கிராம மக்களின் முன்னேற்றத்தில் அக்கறை மிகுந்தவராகவும் இருப்பதாகச் சொன்னார் பில்கேட்ஸ்.

ராகுலிடம், மற்றவர்கள் பேசும்போது கூர்ந்து கவனிக்கும் திறன் இருந்தது. குடிசையில் வசிப்பவர்களைச் சந்திக்கும்போதெல்லாம் அவர்களுக்குக் கிடைக்கும் உணவைப் பற்றி விசாரிப்பார். அவர்களால் ஆரோக்கியமான உணவை வாங்கும் வாய்ப்பு இருக்கிறதா என்று பார்ப்பார். எளிய மக்களைச் சந்திக்கும்போது, தன்னுடன் கட்சித் தலைவர்களை ராகுல் வைத்துக்கொள்ளமாட்டார். உண்மையான சூழலை அறிந்துகொள்வதற்கு அது தடையாக இருக்கும் என அவர் நினைத்தார். கூட்டம் கூடாமல் இருக்க, அமைதியாக நிகழ்ச்சிகளை ஏற்பாடு செய்து கலந்துகொள்வார்.

உத்தர பிரதேசத்தில், மாயாவதி அசைக்கமுடியாத அரசியல் தலைவராக இருந்தார். தலித்து தலைவரான அவரை, மக்கள் பெரும்பான்மை பலத்தோடு தேர்வு செய்திருந்தனர். அடித்தட்டிலிருந்து வந்த

ஒருவரைத் தலைவராகத் தேர்ந்தெடுத்ததை மக்கள் பெருமையாகக் கருதினர். அவருடைய செயல்பாடுகளைப் பற்றி யாரும் கவலைப்பட்டதாகத் தெரியவில்லை. ராகுல் ஒரு கட்டத்தில், உத்தர பிரதேசத்தில் தலித் அரசியலை முன்னெடுத்தார். ஆனால், சாதியக் கட்டமைப்பில் ஊறிப்போயிருந்த அந்த மாநிலத்தின் அரசியல் அவ்வளவு எளிதாக இல்லை. பல தடைகளையும் சவால்களையும் சந்திக்கவேண்டி இருந்தது.

நேரு குடும்பத்தின் பெயர் இருந்தாலே வெற்றியைப் பெற்றுவிடலாம்; கடுமையாக உழைக்கத் தேவையில்லை என பெரும்பாலான காங்கிரஸ் தொண்டர்கள் நினைத்தனர். அதுதான் காங்கிரஸை பல்வேறு மாநிலங்களில் பலவீனப்படுத்தியது. ஆனால், மற்ற மாநிலக் கட்சிகள் அசுர பலத்தோடு கடுமையாக உழைத்தன. அதன்பலனாக, காங்கிரஸை பின்னுக்குத் தள்ளி பலம் பொருந்திய கட்சிகளாக வளர்ந்தன. கள அரசியலுக்கு முன்னால், காங்கிரஸின் வெறும் பெயர் அரசியல் எடுபடவில்லை. மக்களும், செயல்படும் கட்சிகளுக்கே வெற்றியைத் தரத் தயாராக இருந்தனர்.

ஹிபி ஈடன், மாணவர் காங்கிரஸ் தலைவராக ராகுலால் தேர்வு செய்யப்பட்டவர். மாணவப் பருவத்தில் நிகழும் கருத்துருவாக்கம் மற்றும் அரசியல் சார்புக்கு ஆயுள் அதிகம். காங்கிரஸைப் போலவே, மாணவர்களைத் தங்களது கட்சியில் சேர்க்க பிற கட்சிகளும் தீவிரமாக வேலை செய்தன. மாணவர் அமைப்பில், உட்கட்சித் தேர்தலுக்கு எதிர்ப்புகளும் இருப்பதை ஈடன் உணர்ந்தார். காங்கிரஸின் மூத்தவர்கள், தங்கள் பிரதிநிதிகளைப் பொறுப்பில் அமர்த்த விரும்பினர். வெளிப்படைத்தன்மைதான்

மாணவர் அமைப்பை வலிமைப்படுத்தும் என்று ராகுலிடம் ஈடன் சொன்னார். இளைஞர் காங்கிரஸின் தலைவராக அப்போது ராஜீவ் சட்டவ் இருந்தார். ராகுலின் குழுவுடன் நெருக்கமானவர். அமைப்பை ஜனநாயகப்படுத்தவும், மாற்றத்தை நோக்கியும் செயல்பட்டுக்கொண்டிருந்தனர். இந்த இரண்டு அமைப்புகளும், கட்சியினரைப் பற்றி ஏராளமான தகவல்களைத் திரட்டத் தொடங்கின. அந்தத் தகவல்களின் அடிப்படையில், பல்வேறு முக்கியமான முடிவுகள் எடுக்கப்பட்டன.

பொதுவாக, காங்கிரஸின் அரசியல் தலைமை, மையத்தில் அதிகாரம் மிக்கதாக இருந்தது. மாநில அளவிலான தலைவர் பதவிகளை, அகில இந்தியத் தலைவர்தான் நியமனம் செய்துவந்தார். டெல்லி தலைமை யாரைக் கை காட்டுகிறதோ, அவர்தான் தலைவர் பொறுப்பில் அமர்வார். இப்படி காங்கிரஸ் தலைமை எடுத்த முடிவு, மாநில அளவில் காங்கிரஸை பலவீனப்படுத்தவே செய்தது. அதன்மூலமாக, காங்கிரஸுக்குள்ளேயே பல கோஷ்டிகள் உருவானது. அத்தகைய கோஷ்டிப் பூசல்களால், அடிக்கடி மோதல்கள் நடந்தன. தமிழகத்தில், காங்கிரஸ் தலைமையிடமான சத்தியமூர்த்தி பவனில் நடைபெற்ற இத்தகைய கோஷ்டி மோதல்கள் அடிக்கடி செய்திகளாகின. தமிழகத்தில் இன்றும் கோஷ்டி மோதல்கள் தொடர்கின்றன. இளைஞர் மற்றும் மாணவர் காங்கிரஸில் நிர்வாகிகளைத் தேர்வுசெய்யும் முறையில் மாற்றம் கொண்டுவந்தார் ராகுல் காந்தி. 2008 முதல், தேர்தல் நடத்தி, அந்த அமைப்புகளின் தலைவர்கள் தேர்ந்தெடுக்கப்பட்டனர். தேர்ந்தெடுக்கப்பட்ட அமைப்பின் நிர்வாகிகள் செயல்படும் திறனைக் கண்காணித்தனர்.

இளைஞர் காங்கிரஸில், உறுப்பினர் சேர்க்கையும் தேர்தலும், கடுமையான கண்காணிப்புக்கு உட்படுத்தப்பட்டன. இளைஞர் காங்கிரஸில் உறுப்பினராகச் சேர முப்பது நாட்களில் விண்ணப்பிக்க வேண்டும் என்று அறிவிக்கப்பட்டது. விண்ணப்பதாரர்களின் குற்றப் பின்னணியை ஆராய்ந்து அறிக்கை தயாரிக்கப்பட்டது. இந்தப் பணியை *FAME (Foundation for Advanced Management of Elections)* என்னும் அமைப்பு செய்துகொடுத்தது. இந்த அமைப்பு, முன்னாள் தேர்தல் ஆணயத் தலைவர்கள் ஜெ.எம். லிங்க்டோ, என். கோபால்சாமி, தேர்தல் ஆணையத்தின் ஆலோசகர் கே.ஜே. ராவ் ஆகியோரின் விருப்பத்தின்பேரில் தொடங்கப்பட்ட ஒரு தன்னார்வ அமைப்பு. இப்படி, தீவிர ஆய்வுக்குப் பிறகு சரியான விண்ணப்பங்கள் மட்டும் ஏற்றுக்கொள்ளப்பட்டன. அதன்பிறகு, கிராம அளவிலும், பின்னர் மாவட்ட, மாநில அளவிலும் தேர்தல்கள் நடத்தப்பட்டு, நிர்வாகிகள் தேர்வு செய்யப்பட்டனர். இந்தச் செயல்முறைகளுக்கு உட்பட்டு நடத்தப்படாத தேர்தல்கள் செல்லாதவையாக அறிவிக்கப்பட்டன. இந்த முறையிலான முதல் தேர்தல், *2008*-ல் பஞ்சாப்பில் நடத்தப்பட்டது. இந்தத் தேர்தலை ராகுல் காந்தி மேற்பார்வை செய்தார். அவரோடு, லிங்க்டோவும் கே.ஜே. ராவும் மேற்பார்வை செய்தனர். தேர்தல் முடிவில், ரவ்னீத் சிங் பிட்டு தேர்வு செய்யப்பட்டார். இவரும் குடும்ப அரசியல் பின்னணி கொண்டவர்தான். ஆனால், ஜனநாயக முறைப்படி தேர்வு செய்யப்பட்டார். இளைஞர் காங்கிரஸின் இந்த வெளிப்படையான தேர்தல் முறை, பல இளைஞர்களை அரசியலுக்கு ஈர்த்தது. களத்துக்குப் புதிய அரசியல் முகங்கள் வந்தன.

2010-ல், பிகாரில் நடைபெற்ற இளைஞர் காங்கிரஸ் தேர்தலில், மாநிலத் தலைவராக லல்லன் குமார் தேர்வு செய்யப்பட்டார். இவர், குடும்ப அரசியல் பின்புலம் இல்லாத முதல் தலைமுறை அரசியல்வாதி. உத்தர பிரதேசத்தில் இருந்து தேர்ந்தெடுக்கப்பட்டவர், அப்துல் ஹஃபீஸ். இவருக்கும் அரசியல் பின்புலம் இல்லை. இவரது தந்தை விவசாயம் செய்துவந்தார். இப்படி அரசியல் பின்புலம் இல்லாத பல இளைஞர்கள் அரசியலுக்குள் வரக் காரணமாக இருந்தது, ராகுல் காந்தியின் வெளிப்படையான அணுகுமுறைதான். இளைஞர் காங்கிரஸில் பயிற்சிபெற்ற பலரும் தேர்தல் அரசியலுக்கு வந்தனர். நாடாளுமன்ற, சட்டப்பேரவை உறுப்பினர்களாகவும் தேர்வுபெற்றனர். இளைஞர் காங்கிரஸ், அவர்களுக்கு நல்ல பயிற்சிக்களமாக இருந்தது. சோனியாவைப் போலவே, மகளிர் நலனுக்கும் ராகுல் முக்கியத்துவம் கொடுத்தார். பல்வேறு சூழல்களில் மாணவிகளிடம் உரையாடினார். ராகுல் முன்னெடுத்த மாற்றங்களை மூத்த தலைவர்கள் சிலர் விரும்பவில்லை. அதனால், மாற்றங்களைக் கொண்டுவர, ராகுலும் அவரது குழுவும் இரு மடங்கு வேலை செய்யவேண்டி இருந்தது.

ராகுல், பொதுவெளியில் மிகுந்த நம்பிக்கையோடு தெரிந்தார். ஊடகங்களின் கேள்விகளைத் தைரியமாக எதிர்கொண்டார். அவ்வப்போது ஏற்பட்ட சிறுசிறு தோல்விகளை ஏற்றுக்கொண்டார். நீண்டகால வெற்றியைக் குறிக்கோளாகக் கொண்டு செயல்பட்டார். அரசியல் வெற்றி தோல்விகள், அவருடைய செயல்பாட்டில் தாக்கத்தை ஏற்படுத்தவில்லை. சோனியா வெளிநாட்டவர் என்ற விமர்சனம் எப்போதும் இருந்தது. ஆனால்,

ராகுலுக்கும் பிரியங்காவுக்கும் அந்த விமர்சனம் எழவில்லை.

2011-ல், உத்தர பிரதேச மாநிலத் தேர்தல் நெருங்கிக்கொண்டிருந்த சமயம். நெடுஞ்சாலைப் பணிக்காக நிலம் கையகப்படுத்த எதிர்ப்பு தெரிவித்து, நொய்டா அருகில் இருந்த இரு கிராம விவசாயிகள் போராட்டம் நடத்தினர். அவர்களிடம் இருந்து குறைந்த விலைக்கு நிலத்தை வாங்கி, கொள்ளை லாபம் பார்க்கப்போகும் நிறுவனங்களுக்கும், அதற்கு ஆதரவாகச் செயல்படும் அரசுக்கும் எதிராக இந்தப் போராட்டம் நடத்தப்படுவதாக அவர்கள் தெரிவித்தனர். போராட்டம் நடத்திய விவசாயிகள் மீது அந்த மாநில காவல் துறை தடியடி நடத்தியது. இதனால் கோபம் அடைந்த கிராம மக்கள், நிலத்தை அளப்பதற்காகப் போன அரசு அதிகாரிகளைச் சிறைப்பிடித்தனர். ஆத்திரமடைந்த அரசு, கிராமத்தினர் மீது மீண்டும் காவல் துறை மூலம் வன்முறையைத் தூண்டியது. அந்தப் போராட்டத்தில், விவசாயிகளுக்கு ஆதரவாக ராகுல் காந்தியும் கலந்துகொண்டார். அவரை, உத்தர பிரதேச காவல் துறை கைது செய்தது. ராகுலை கைது செய்வதற்கான எந்த உத்தரவும் காவல் துறையினர் கைகளில் இல்லை. ராகுல் காந்தி கைது செய்யப்பட்டது அதுதான் முதல்முறை. கைது செய்யப்பட்ட ராகுல் காந்தி, உத்தர பிரதேசம் – டெல்லி எல்லையில் விடுவிக்கப்பட்டார். அதன்பிறகு, அந்த விவசாயிகளின் பிரதிநிதிகளை டெல்லிக்கு அழைத்து, பிரதமரைச் சந்திக்க ஏற்பாடு செய்தார். அவர்களுக்குச் சட்டப்பூர்வமான தீர்வு கிடைக்க அனைத்து உதவிகளையும் செய்தார்.

அதன்பிறகு, அந்த மாநிலத்தில் மட்டும் சுமார் 200 இடங்களில் தேர்தல் பிரசாரத்தில் ஈடுபட்டார்.

ராகுலின் இந்த முயற்சிக்குப் பெரும் பலன் கிடைக்கும் என காங்கிரஸ் நினைத்தது. ஆனால், 403 இடங்களில் 28 இடங்களை மட்டுமே வெல்ல முடிந்தது. 2007 சட்டப்பேரவைத் தேர்தலில் பெற்ற இடங்களைவிட வெறும் 6 இடங்களே அதிகம். அயோத்தி ராமர் கோவில் விவகாரம், தலித் அரசியல் போன்ற காரணங்களால், உத்தர பிரதேசத்தில் காங்கிரஸ் ஆட்சி அமைக்கமுடியாத சூழல் தொடர்ந்தது. ஆனாலும், காங்கிரஸின் இந்தத் தோல்வியை ராகுல் காந்தியின் தோல்வி என எதிர்கட்சிகள் கடுமையான விமர்சித்தன. ராகுலைப் பாதுகாக்க நினைத்த காங்கிரஸ் தலைவர்கள், சட்டப்பேரவைத் தேர்தல் வேறு, நாடாளுமன்றத் தேர்தல் வேறு எனப் பூசி மழுப்பினர். ஆனால், காங்கிரஸின் இந்தத் தோல்விக்குத் தானே முழு பொறுப்பு ஏற்பதாகத் தெரிவித்தார் ராகுல் காந்தி.

இந்தத் தேர்தல் பிரசாரத்தின்போதுதான், நேரு குடும்பத்தில் இருந்து யாராவது ஆட்சியில் இருந்திருந்தால், பாபர் மசூதி இடிப்புச் சம்பவம் நடந்திருக்காது எனப் பேசினார். அந்தச் சம்பவம் நடந்தபோது, நரசிம்ம ராவ் தலைமையிலான காங்கிரஸ் ஆட்சிதான் மத்தியில் இருந்தது. நேரு குடும்பத்தில் இருந்து ஆட்சிக்கு வந்தவர்கள்தான் தாங்கள் நினைத்ததைச் செய்துமுடித்தனர். பாகிஸ்தானை இரண்டு நாடுகளாகப் பிரித்ததும் அப்படித் தான் என மற்றொரு பிரச்சாரத்தின் போது பேசினார். ராகுலின் இந்தப் பேச்சுக்கள் சர்ச்சையை ஏற்படுத்தியது. அதன்பிறகு ராகுல் காந்தி பேசிய எல்லாப் பேச்சுகளும் ஊடகங்களால் கூர்ந்து கவனிக்கப்பட்டன. அரசியல் முதிர்ச்சி இல்லாமல் ராகுல் காந்தி பேசுவதாக விமர்சனங்கள் எழுந்தன. பல

வருடங்கள் அரசியலில் இருந்தும், பொதுவாழ்வில் இருந்தும் ராகுல் காந்தி விலகி இருந்ததன் விளைவே இது. அவர், பொது இடங்களில் பேசும் கலையை அப்போதுதான் கற்றுக்கொண்டிருந்தார். ராகுல் தயார் செய்யப்பட்டு அரசியலுக்கு வந்தவர் இல்லை. தனது தந்தை ராஜீவ் காந்தியை போலவே, அரசியலுக்கு வந்த பிறகுதான் அனைத்தையும் கற்றார். அதைத் தொடர்ந்து நடைபெற்ற குஜராத் சட்டப்பேரவைத் தேர்தல் பிரசாரங்களுக்கு ராகுல் தலைமை ஏற்கவில்லை. தோல்விக்குப் பயந்து ஒதுங்கிவிட்டார் என எதிர்கட்சிகளால் விமர்சிக்கப்பட்டார். 57 இடங்களை மட்டுமே பெற்று காங்கிரஸ் தோல்வியைத் தழுவியது.

2020, செப்டம்பர் மாதம், உத்தர பிரதேச மாநிலம் ஹாத்ராஸ் என்ற இடத்தில் இளம்பெண் ஒருவர் கடத்தப்பட்டு, நான்கு நபர்களால் வன்கொடுமை செய்யப்பட்டார். பிறகு, மருத்துவமனையில் சேர்க்கப்பட்டு சிகிச்சை பலன் அளிக்காமல் இறந்துபோனார். இந்தச் சம்பவம், நாடு முழுவதும் பெரும் அதிர்வுகளை ஏற்படுத்தியது. இரவோடு இரவாக, அந்தப் பெண்ணின் வீட்டாருக்குத் தகவல் தெரிவிக்காமல், ஊருக்கு வெளியே உடலை எரித்துவிட்டனர். இரண்டு நாட்களுக்கு ஊடகங்களையும் அனுமதிக்கவில்லை என்ற குற்றச்சாட்டும் எழுந்தது. அந்தப் பெண்ணின் வீட்டுக்கு ஆறுதல் சொல்ல ராகுலும் பிரியங்காவும் சென்றனர். அப்போது, அவர்களை நொய்டா எல்லையில் உத்தர பிரதேச காவல் துறையினர் தடுத்து நிறுத்தினர். தடையை மீறி அவர்கள் செல்ல முயன்றபோது, அங்கு பெரும் பதற்றம் ஏற்பட்டது. பிரியங்காவின் ஆடையைப் பிடித்து இழுத்து

அத்துமீறிய காவல் துறையினர், ராகுல் காந்தியையும் கீழே தள்ளிவிட்டனர். தொண்டர்களைத் தாக்க முயன்ற காவலரின் லத்தியைப் பிடித்து நிறுத்தி எச்சரித்தார் பிரியங்கா. அந்தப் பெண்ணுக்குப் பாலியல் துன்புறுத்தலே நடக்கவில்லை என்று காவல் துறை உயர் அதிகாரி சொன்னார். இப்படியான சம்பவங்கள் நடப்பது சர்வ சாதாரணமானதுதான் என்று ஒப்புதல் வாக்குமூலம் அளித்தார், பாரதிய ஜனதாவின் சட்டப்பேரவை உறுப்பினர் சுரேந்திர சிங். பெண்கள்தான் ஒழுக்கமாக இருக்க வேண்டும் என நாட்டுக்குப் பாடம் நடத்தினார். பாதிக்கப்பட்ட குடும்பத்தை நேரில் சந்திக்கவோ, ஆறுதல் சொல்லவோ பிரதமர் மோடிக்கு நேரம் இருக்கவில்லை. பாரதிய ஜனதாவின் எந்தப் பெண் அமைச்சரும் இந்தச் சம்பவத்துக்குக் கண்டனம் தெரிவிக்கவில்லை. மாறாக, இந்த விஷயத்தில் ராகுல் காந்தி அரசியல் செய்வதாகக் குற்றம் சாட்டினர். இந்தச் சம்பவம் நடந்து பத்து நாட்களுக்குப் பிறகே, விசாரணைக் குழு அமைக்க உத்தரவிட்டார், உத்தர பிரதேச முதல்வர் யோகி ஆதித்யநாத். இந்தச் சம்பவத்தில் வெளிநாட்டுச் சதி இருப்பதாகவும் பிரச்னையைத் திசை திருப்பினார். அவர் மீது கடுமையான விமர்சனங்களை முன்வைத்தார் பிரியங்கா. தொடர் முயற்சிகளுக்குப் பிறகு, ராகுலும் பிரியங்காவும் அந்தப் பெண்ணின் குடும்பத்தினரைச் சந்தித்தனர். அவர்களுக்கு ஆறுதல் சொன்னார்கள். கொரோனா நோய்த் தடுப்புச் சட்டத்தை மீறி ராகுல் காந்தி சென்றதாக, அவரைக் கைது செய்தது உத்தர பிரதேச காவல் துறை.

ராகுல், காங்கிரஸ் கட்சியின் பொதுச்செயலாளராகத் தேர்ந்தெடுக்கப்பட்ட பின்னர், இந்தியாவின் பல இடங்களுக்கும் சுற்றுப்பயணம் சென்றார்.

அதுவரை, உத்தர பிரதேசத்தில் மட்டுமே அவரது பெரும்பாலான பயணங்கள் இருந்தன. இந்தப் பயணங்களின் நோக்கம், இளைஞர் காங்கிரஸ் அமைப்பைப் பலப்படுத்துவதுதான். அதோடு, அடித்தட்டு மக்களைச் சந்தித்து உரையாடியதன் விளைவாகப் பல அனுபவங்களையும் பெற்றார். 2008-ஆம் ஆண்டு பட்ஜெட் கூட்டத்தொடருக்கு காங்கிரஸ் தயாராகிக்கொண்டிருந்தது. ஆனால், இந்தியாவின் பிற்படுத்தப்பட்ட, கைவிடப்பட்ட கிராமங்களை நோக்கி ராகுல் காந்தி தன்னுடைய பயணத்தைத் தொடங்கினார். அவருடைய முதல் பயணம், ஒரிசா மாநிலத்தின் காளகந்தி மாவட்டம். அது, பிற்படுத்தப்பட்ட பழங்குடியினர் பெரும்பான்மையாக இருக்கும் மாவட்டம். லஞ்சிஹார் என்ற பகுதியில் உள்ள பழங்குடியினரைச் சந்தித்துப் பேசினார். அவர்களது பிரச்னைகளைக் கேட்டறிந்து, அரசிடம் எடுத்துச்செல்வதுதான் அவரது முக்கிய நோக்கமாக இருந்தது. ராகுல் காந்தியின் முயற்சியின் விளைவாக, அந்தப் பகுதியில் அமைய இருந்த வேதாந்தா நிறுவனத்தின் சுரங்கத் திட்டம் ரத்து செய்யப்பட்டது. மத்திய அரசின் அப்போதைய சுற்றுச்சூழல் அமைச்சர் ஜெய்ராம் ரமேஷ், அந்தத் திட்டத்தை ரத்து செய்தார். முதலாவது ஐக்கிய முற்போக்குக் கூட்டணி அரசால் மகாத்மா காந்தி ஊரக வேலைவாய்ப்புத் திட்டமும், காடுகளைப் பாதுகாக்கும் சட்டமும் கொண்டுவரப்பட்டன. இதற்கு, ராகுல் காந்தியின் பயணங்களும் செயல்பாடுகளும் முக்கியக் காரணங்களாக இருந்தன.

ராகுல் எங்கு சென்றாலும், ஊடகங்களும் அவரைப் பின்தொடர்ந்தன. அவரது ஒவ்வொரு செயலும் செய்தியாகின. ஆனால், தான் சந்திக்கும் மக்களை, மதம் மற்றும் சாதியோடு ஊடகங்கள்

அடையாளப்படுத்துவதை அவர் விரும்பவில்லை. நான் சாதி பார்த்து எந்த வீட்டுக்கும் செல்வதில்லை. நான் செல்லும் வீட்டில் இருப்பவர்கள் எனக்கு ஏழைகளாகத் தெரிகிறார்கள். உங்களுக்குத்தான் அவர்கள் தலித்தாகவோ, சிறுபான்மையினராகவோ தெரிகிறார்கள் என்று ஊடகங்களிடம் தெரிவித்தார்.

ராகுலின் முயற்சியால், கைத்தறித் தொழிலாளர்களுக்குக் கடன் தள்ளுபடியை மத்திய அரசு அறிவித்தது. நூல் விலை உயர்வு உள்ளிட்ட காரணங்களால், கைத்தறித் தொழில் இக்கட்டான சூழலில் இருப்பதை, தன் பயணங்களின் மூலம் உணர்ந்தார். உத்தர பிரதேசத்திலும், பிகாரிலும் இந்தத் தொழில் மிகவும் பாதிப்பட்டிருந்தது தெரிந்தது. ராகுல் அறிவுறுத்தலின் பேரில், திக்விஜய் சிங் உள்ளிட்ட சிலர் சேர்ந்து அதற்கான அறிக்கையைத் தயாரித்து பிரதமரிடம் கொடுத்தனர். மூன்று நாட்களில், இந்தத் துறைக்கு நிதி அமைச்சர் மூவாயிரம் கோடி ரூபாயை ஒதுக்கினார். ராகுல் எந்தப் பிரச்னையைக் கையில் எடுத்தாலும், அரசு அந்தப் பிரச்னையை உடனே கவனத்தில் கொண்டது. தேவையான வேலைகளை உடனே செய்தது. அதற்கான முழு பாராட்டும் ராகுலுக்குக் கிடைத்தது.

பிரதமர் பொறுப்பை ஏற்காததும், அமைச்சர் பதவியை ஏற்காததும் ராகுல் காந்தியின் தனிப்பட்ட விருப்பம். ஆனால், நாடாளுமன்ற உறுப்பினராகச் சரியாகப் பணி செய்ய வேண்டியது அவரது கடமை. ராகுல் காந்தி, தொடர்ந்து நாடாளுமன்றக் கூட்டங்களில் பங்குபெறுவதைத் தவிர்த்தார். களப்பணியில் இருப்பதையே எப்போதும் விரும்பினார். டெல்லியில் உட்கார்ந்து கொண்டிருப்பதால், களத்தில் என்ன நடக்கிறது என்பது தெரியவில்லை. மக்களவையில்

கற்றுக்கொண்டதைவிட மக்களிடம்தான் அதிகம் கற்றுக்கொள்கிறேன் என, உத்தர பிரதேசத்தில் கிராம மக்களிடம் ஒருமுறை குறிப்பிட்டார். இதைச் சொல்லும்போது, நாடாளுமன்ற உறுப்பினராக அவருக்கு எட்டாவது ஆண்டு. அவருடைய இந்தப் பேச்சும் பல விவாதங்களைக் கிளப்பியது. *PRS Legislative Assembly* என்னும் அமைப்பு, நாடாளுமன்ற உறுப்பினர்களின் செயல்பாடுகளை மதிப்பீடு செய்யும் நிறுவனம். அந்த அமைப்பின் தகவல்படி, 2009 ஜூன் முதல் 2014 பிப்ரவரி வரை, நாடாளுமன்றத்துக்கு ராகுல் வந்த நாட்கள் 43 சதவீதம். இது, தேசிய சராசரியான 76 சதவீதத்தைவிட 23 சதவீதம் குறைவு. பங்கேற்ற விவாதங்கள், இரண்டுதான். தேசிய சராசரியின் எண்ணிக்கை 38. இந்தக் கால இடைவெளியில், நாடாளுமன்றத்தில் ராகுல் காந்தி ஒரு கேள்வியைக்கூட கேட்கவில்லை. ஆனால், தேசிய அளவில் நாடாளுமன்ற உறுப்பினர்கள் கேட்ட கேள்விகள், சராசரியாக 300. தனிநபர் மசோதாவில், ஒருமுறைகூட பங்கேற்கவில்லை. 2019 ஜூன் முதல் 2022 ஆகஸ்டு வரையிலான ராகுல் காந்தியின் செயல்பாடுகள், அவருடைய முந்தைய செயல்பாடுகளை ஒப்பிடும்போது சிறிது முன்னேற்றம் கண்டிருக்கின்றன. ஆனால், தேசிய சராசரியுடன் ஒப்பிடும்போது குறைவாகவே இருக்கிறது. வருகைப்பதிவு 56 சதவீதம். இது முந்தை காலத்தைவிட 13 சதவீதம் அதிகம். விவாதங்களில் ஐந்து முறை பங்கேற்றிருக்கிறார். 81 கேள்விகளைக் கேட்டிருக்கிறார்.

2011-ஆம் ஆண்டை, ஐக்கிய முற்போக்குக் கூட்டணியின் மத்திய அரசுக்கு நெருக்கடியைத் தந்த ஆண்டாகக் குறித்துக்கொள்ளலாம். ஆகஸ்டு மாதம் நாடாளுமன்ற மழைக்கால கூட்டத்தொடர்

தொடங்கியிருந்தது. அதேநேரம், மகாராஷ்டிராவைச் சேர்ந்த சமூக ஆர்வலர் அன்னா ஹசாரே, டெல்லியில் ஒரு போராட்டத்தைத் தொடங்கினார். அவரோடு, பல சமூக செயற்பாட்டாளர்களும் கைகோத்திருந்தனர். இந்தியக் காவல் பணியில் இருந்து ஓய்வுபெற்ற கிரண் பேடி. அரசு அதிகாரியாகப் பணியாற்றி, பின்னர் சமூக செயற்பாட்டாளராக மாறி, தற்போது டெல்லி முதல்வராக இருக்கும் அரவிந்த் கெஜ்ரிவால், வழக்கறிஞர் பிரசாந்த் பூஷன், அவருடைய தந்தை முன்னாள் சட்டத் துறை அமைச்சர் சாந்தி பூஷன் ஆகியோரும், அன்னா ஹசாரேவுக்கு ஆதரவாக இருந்தனர். இவர்களோடு, பல்வேறு அமைப்புகளும், பல திரைப்பட நட்சத்திரங்களும் அந்தப் போராட்டத்துக்கு ஆதரவு அளித்தனர். ஊழலைத் தடுப்பதற்காக வலுவான லோக்பால் அமைப்பு ஒன்றை உருவாக்க வேண்டும் என்பது அவர்களின் கோரிக்கை. முதல்கட்ட போராட்டத்தின் முடிவில், போராட்டக் குழுவும் அரசும் பேச்சுவார்த்தை நடத்தின. பிரதமர் உள்ளிட்ட அரசுப் பதவியில் இருக்கும் அனைவரும் லோக்பால் சட்டத்தின் கீழ் விசாரிக்கப்பட வேண்டும் என அறிவுறுத்தினர். இதனை மத்திய அரசு முழுமையாக ஏற்காததால், அந்தப் பேச்சுவார்த்தை தோல்வியில் முடிந்தது. தனது கோரிக்கையை ஏற்று, ஜன் லோக்பால் சட்டத்தை நிறைவேற்றாவிட்டால், ஆகஸ்டு 16 முதல் காலவரையற்ற உண்ணாவிரதம் இருக்கப்போவதாக அறிவித்தார் அன்னா ஹசாரே. முதல்கட்ட போராட்டத்தின்போதே கலக்கமடைந்திருந்தது காங்கிரஸ்.

இந்த இக்கட்டான நேரத்தில், சோனியாவும் ராகுலும் டெல்லியில் இல்லை. சோனியாவுக்கு உடல்நலம் சரியில்லை. வெளிநாட்டில் தங்கி

சிகிச்சை எடுத்துக்கொண்டிருப்பதாக, காங்கிரஸ் மூத்த தலைவர் ஜனார்த்தன் திவிதேதி, ஆகஸ்ட் 4-ஆம் தேதி தெரிவித்தார். ராகுலும் சோனியாவோடு மருத்துவமனையில் இருப்பதால், அவரும் நாடாளுமன்றக் கூட்டத்தில் பங்கெடுக்கவில்லை எனத் தெரிவிக்கப்பட்டது. தனக்குப் பதிலாக, கட்சி விவகாரங்களைக் கவனிக்க நான்கு பேர் கொண்ட குழு அமைக்கப்பட்டுள்ளதாக காங்கிரஸ் தலைவர் சோனியா அறிவித்தார். அந்தக் குழுவில் அகமது பட்டேல், ஜனார்த்தன் திவிதேதி, பாதுகாப்புத் துறை அமைச்சர் ஏ.கே. அந்தோணி, ராகுல் காந்தி ஆகியோர் இடம்பெற்றிருந்தனர். ஆகஸ்டு 16 போராட்டத்தைத் தொடங்கும் முன், அன்னா ஹசாரே கைது செய்யப்பட்டார். நாடாளுமன்றத்தில், இந்தப் பிரச்னையை எழுப்பியது பாரதிய ஜனதா. நாடாளுமன்றத்தின் இரு அவைகளையும் எதிர்கட்சிகள் முடக்கின. ஊடகங்கள் வழியே தகவல் உடனடியாகப் பரவ, அன்னா ஹசாரே ஆதரவாளர்கள் மெள்ள மெள்ள கூடத் தொடங்கினர். அன்னா ஹசாரேவின் பிடிவாதத்தை எதிர்த்தவர்கள்கூட, அவருடைய கைது நடவடிக்கையை ஆதரிக்கவில்லை. காவல் துறை அவர்களாகவே இந்தக் கைது நடவடிக்கையை மேற்கொண்டதாகச் சொன்னார், அப்போதைய உள் துறை அமைச்சர் ப. சிதம்பரம்.

திகார் சிறையில், விசாரணைக் காவலில் வைக்கப்பட்டிருந்தார் அன்னா ஹசாரே. அவரை விடுவிக்கக்கோரி, நீதிமன்றத்தை டெல்லி காவல் துறையே கேட்டுக்கொண்டது. உண்ணாவிரதம் இருக்க அனுமதி கிடைத்தால் மட்டுமே சிறையில் இருந்து வெளியேறுவேன் எனத் தெரிவித்தார் அன்னா ஹசாரே. இரண்டு நாட்கள் கடந்தது. அரசு இறங்கிவந்தது. அன்னா ஹசாரே, மத்திய டெல்லியில்

உள்ள ராம்லீலா மைதானத்தில் உண்ணாவிரதப் போராட்டத்தைத் தொடர்ந்தார். மத்திய அரசின் மீதான விமர்சனமும் எதிர்ப்பும் அதிகரித்தபடி இருந்தன. வலுவான லோக்பால் அமைக்கப்படும் என்றும், உண்ணாவிரதத்தைக் கைவிடும்படியும் கோரிக்கை விடுத்தார் பிரதமர் மன்மோகன் சிங். போராட்டக் குழு இறங்கிவந்தது. ஆனால், அதற்கான உத்தரவாதத்தை நாடாளுமன்றத்தில் அளிக்க வேண்டும் என வலியுறுத்தினர்.

ஆகஸ்டு 26 அன்று, இதுகுறித்து முதல்முறையாகப் பேசினார் ராகுல் காந்தி. இரண்டு வருடங்களுக்குப் பிறகு, அப்போதுதான் நாடாளுமன்றம் வந்தார் ராகுல். பூஜ்ஜிய நேரத்தில் *(Zero Hour)* கலந்துகொண்டு பேசினார். போராட்டத்தைப் பற்றியும், அவர்கள் முன்னிறுத்தும் லோக்பால் பற்றியும் பதினைந்து நிமிடம் பேசினார். எதிர்கட்சிகளின் கூச்சலுக்கு இடையேதன்னுடையபேச்சைமுடித்தார். ராகுலுக்குப் பேசுவதற்கான நேரம் எதுவும் ஒதுக்கப்படாமல் அவரைப் பேச அனுமதி அளித்ததற்கு பாரதிய ஜனதா எதிர்ப்பு தெரிவித்தது. ராகுலுக்கு எதிராகவும், சபாநாயகருக்கு எதிராகவும் குரல் எழுப்பினர். ராகுல் பேசுவதற்கு பாஜக இடையூறு செய்ததாகக் கூறி, நாடாளுமன்றத்துக்கு வெளியே காங்கிரஸ் இளம் எம்.பி.க்களும் போராட்டம் நடத்தினர். லோக்பால் சட்டம் மட்டுமே ஊழலை ஒழித்துவிடாது. அதோடு, பல விஷயங்களிலும் மாற்றம் கொண்டுவர வேண்டிய தேவை இருக்கிறது. அரசு செலவு செய்யும் நிதியில் வெளிப்படைத்தன்மையைக் கொண்டுவர வேண்டும். ஊழல் நடக்கும் துறைகளைக் கண்டறிந்து, சரியான நிர்வாக முறையை அமல்படுத்த வேண்டும். மக்களுக்குக் கொடுக்கப்படும் ஓய்வூதியம் உள்ளிட்ட

திட்டங்களை முறைப்படுத்த வேண்டும் என ஊழலை ஒழிப்பதற்கான சாத்தியங்களைப் பற்றி ராகுல் பேசினார்.

ஊழலுக்கு எதிரான அன்னா ஹசாரேயின் இந்தப் போராட்டம், இளைஞர்களை வெகுவாக ஈர்த்தது. சாதி மத பேதமின்றி கூட்டம் கூடியது, காங்கிரஸுக்குக் கலக்கத்தைக் கொடுத்தது. காங்கிரஸுக்கு எதிரான போராட்டத்தில் இளைஞர்கள் இப்படி அணி திரள்வது கட்சிக்கு பாதிப்பை ஏற்படுத்தும். முக்கியமாக, எதிர்காலத் தலைமைக்கு தயாராகிக்கொண்டிருந்த ராகுலின் அரசியலுக்குப் பலத்த சேதத்தை ஏற்படுத்தும். இத்தனை ஆண்டுகால ராகுலின் உழைப்பு வீணாகிப்போகும். அதனால்தான், நாடாளுமன்றத்தில் பேசினார். காங்கிரஸ் எப்போதும் லோக்பாலுக்கு ஆதரவாகவே இருந்துள்ளது. உண்மையில், எதிர்பார்த்ததைவிட வலிமையான லோக்பால் சட்டம் கொண்டுவரப்படும் என ராகுல் பேசியிருக்கிறார் என்று சொன்னார், காங்கிரஸின் செய்தித் தொடர்பாளர் அபிஷேக் மனு சிங்வி. இவர், நாடாளுமன்ற உறுப்பினர் மட்டுமல்ல; லோக்பால் சம்பந்தமாக முடிவு செய்ய வேண்டிய குழுவின் தலைவராகவும் இருந்தார்.

ராகுலின் இந்த நாடாளுமன்றப் பேச்சை பாரதிய ஜனதா விமர்சனம் செய்தது. ஒரு பிரச்னைக்குத் தீர்வில்லாதபோது, ஒட்டுமொத்தமான அமைப்பு முறையையும் மாற்ற வேண்டும் எனப் பேசுவது சரியல்ல என, அருண் ஜெட்லி விமர்சனம் செய்தார். உண்மையில், ஜன் லோக்பால் சட்டடத்துக்கு ஆதரவாக ஆரம்பித்த போராட்டம், காங்கிரஸ் அரசுக்கு எதிராக மாறியது பாரதிய ஜனதாவுக்கு மகிழ்ச்சியை அளித்தது. இந்தப் போராட்டம்,

தனக்குப் பலன் தரும் என பாரதிய ஜனதா நம்பியது. இதையடுத்து, இந்தப் போராட்டத்தில் ஏராளமான பாரதிய ஜனதா தொண்டர்களும் கலந்துகொண்டனர் என அக் கட்சியின் செய்தித் தொடர்பாளர் சையத் ஷானவாஸ் ஹுசைன் தெரிவித்தார்.

2011, ஆகஸ்டு 28-ஆம் தேதி, தனது உண்ணாவிரதத்தை முடித்துக்கொண்டார் அன்னா ஹசாரே. அப்போது, பாரதிய ஜனதா தலைவர் நிதின் கட்கரி அறிக்கை ஒன்றை வெளியிட்டார். ஊழலுக்கு எதிராக நீங்கள் முன்னெடுக்கும் போராட்டத்தில் கலந்துகொள்ள பாரதிய ஜனதா எப்போதும் தயாராக இருக்கும். எதிர்காலத்தில், எப்போது தேவை ஏற்பட்டாலும் உங்களின் தலைமையின் கீழ் பாரதிய ஜனதா அணி திரளும். நாடாளுமன்றத்துக்கு உள்ளேயும் வெளியேயும் உங்களுக்கு ஆதரவாக இருப்போம் என்று தெரிவித்திருந்தார். அன்னா ஹசாரேவின் தலைமையின் கீழ் அணி திரள்வோம் என நிதின் கட்கரி சொன்னது, பாரதிய ஜனதா கட்சிக்குள்ளேயே புகைச்சலைக் கிளப்பியது. ஒருபுறம், அந்தப் போராட்டத்தை அரசியல் ஆதாயமாக்கிக்கொள்ள பாரதிய ஜனதா பார்த்தது. மறுபுறம், இளைஞர்களை அன்னா ஹசாரே பக்கம் ஈர்த்தது. இரண்டும், ராகுலுக்கு மிகுந்த கவலையைத் தந்தன. ராகுல் பலமுறை, காந்திய வழியிலான போராட்டங்களையும், நடைபயணத்தையும் முன்னெடுத்திருக்கிறார். பிரதமர் பதவி வேண்டாம் என சோனியா சொன்னதும் காந்திய வழியாகவே பார்க்கப்பட்டது. காங்கிரஸ் அரசுக்கு எதிரான அன்னா ஹசாரேவின் இந்தப் போராட்டத்தையும் காந்திய வழியிலான போராட்டமாகவே மக்கள் பார்த்தனர். காந்திய வழியிலான சத்தியாகிரகப் போராட்டத்தை

காங்கிரஸுக்கு எதிராகவே பயன்படுத்தியது, அரசியல் வரலாற்று முரண்.

2013-ல், ஜெய்ப்பூரில் காங்கிரஸ் காரியக் கமிட்டி கூடியது. கட்சியின் துணைத் தலைவராக ராகுல் காந்தி தேர்வு செய்யப்பட்டார். காங்கிரஸ் தலைமையிலான அரசு இரண்டு முறை ஆட்சி செய்தும், அமைச்சரவைகளில் இடம்பெற ராகுல் விரும்பவில்லை. இதனால், கூடுதல் பொறுப்புகளை ஏற்க தயங்குகிறார் என்ற விமர்சனம் எழுந்தது. அமைச்சரவையில் இல்லாமல் இருந்தாலும், அரசு எடுக்கும் முக்கிய முடிவுகளில் தன்னுடைய பங்களிப்பு இருந்ததைப் பல சமயங்களில் வெளிப்படுத்தினார்.

2013, செப்டம்பர் மாதம், அமெரிக்காவில் சுற்றுப்பயணம் மேற்கொண்டிருந்தார் பிரதமர் மன்மோகன் சிங். செப்டம்பர் *27*-ஆம் தேதி, டெல்லியில் செய்தியாளர்களைச் சந்தித்தார் காங்கிரஸ் செய்தித் தொடர்பாளர் அஜய் மக்கான். குற்ற வழக்குகளில் தண்டனை பெற்ற எம்.பி., எம்.எல்.ஏ.க்கள் பதவி இழப்பதைத் தடுக்கும் வகையில், அவர்களுக்கு ஆதரவான அவசரச் சட்டத்தைக் கொண்டுவரும் முயற்சியில் மத்திய அரசு ஈடுபட்டுள்ளதாகத் தெரிவித்தார். அப்போது, திடீரென்று அங்கு வந்த ராகுல் காந்தி, இது அரசியல் காரணங்களுக்காக காங்கிரஸ் செய்த முட்டாள்தனம் என்றும், அந்த அவசரச் சட்டம் கிழித்தெறியப்பட வேண்டும் என்றும் கூறினார். ராகுலின் இந்தக் கருத்து, அங்கிருந்த காங்கிரஸ் தலைவர்களுக்கு சங்கடத்தை ஏற்படுத்தியது. இருந்தாலும், ராகுலின் கருத்தை ஏற்றுக்கொண்டனர். ராகுலின் இந்த அதிரடி நடவடிக்கை, ஆட்சியில் அவருடைய பங்கு

இருப்பதை வெளிக்காட்டும்விதமாக இருந்தது. அரசின் செயல்பாட்டில், ராகுலும் சோனியாவும் அதிகம் தலையிடுகின்றனர் என்ற விமர்சனத்துக்கு வலு சேர்த்தது இந்தச் செயல். காங்கிரஸை ஒரு கார்ப்பரேட் நிறுவனம்போல ராகுல் நடத்துகிறார் என்ற பேச்சும் எழுந்தது.

சோனியா காந்தியின் தீவிர அரசியல்

2004 பொதுத்தேர்தலில், சோனியாவின் அரசியல் செயல்பாடு தீவிரமாக இருந்தது. சச்சின் பைலட் உள்ளிட்ட இளம் காங்கிரஸ்காரர்களை குழுவில் இணைத்துக்கொண்டு செயல்பட்டார். 2003 டிசம்பர் தொடங்கி, மூன்று வாரங்களுக்குள் 30 ஆயிரம் மைல்கள் பயணம் செய்து, சுமார் 148 பொதுக்கூட்டங்களில் பிரசாரம் செய்தார். தினமும் மூன்று மணி நேரமே உறங்கமுடிந்தது. கூட்டங்களுக்கு இடையிலான பயண நேரத்தில், அடுத்த கூட்டத்துக்கான உரையை தயார் செய்யவேண்டி இருந்தது. 24 மணி நேரமும் செயல்படும் குழு ஒன்று, அவருக்குத் தகவல் சேகரிப்பதில் உதவி செய்தது. மக்களைச் சந்திப்பது பலன் தரும் என நம்பி களத்தில் நின்றார் சோனியா. ஆனால், பாரதிய ஜனதா இப்போதும் அவர் மீதான தனிப்பட்ட தாக்குதலையே நடத்தியது. பிரதமர் வேட்பாளர் யார் என அறிவிக்காமலேயே தேர்தலைச் சந்தித்தது காங்கிரஸ் கூட்டணி. பொதுமக்கள், சோனியாதான் பிரதமராக

வருவார் என எதிர்பார்த்தனர். இதைப்பற்றி எந்தக் கருத்தையும் தெரிவிக்காமல் இருந்தார் சோனியா காந்தி. மே 13-ல் தேர்தல் முடிவுகள் வெளியாகின. காங்கிரஸ் தலைமையிலான ஐக்கிய முற்போக்குக் கூட்டணி 278 இடங்களில் வெற்றிபெற்றிருந்தது. பாரதிய ஜனதா, 138 இடங்களை மட்டுமே பெற்று தோல்வியைத் தழுவியது.

மே 15-ல், காங்கிரஸ் கட்சியின் நாடாளுமன்றக் குழுத் தலைவராக சோனியா தேர்ந்தெடுக்கப்பட்டார். காங்கிரஸ் தொண்டர்கள் முதல் பொதுமக்கள் வரை, சோனியாதான் பிரதமர் என்று உறுதியாக நம்பினர். காங்கிரஸின் மூத்த தலைவர் மணிசங்கர் அய்யர், பிரதமர் பதவியை ஏற்கும்படி சோனியாவிடம் வலியுறுத்தினார். சோனியா பிரதமரானால்தான் காங்கிரஸ் ஒற்றுமையாக இருக்கும் என்றும் பேசினார். சோனியா பிரதமரானால், நாடாளுமன்ற உறுப்பினர் பதவியை ராஜினாமா செய்வேன் என்றார் சுஷ்மா சுவராஜ். கலர் சேலையை மாற்றிவிட்டு வெள்ளைச் சேலையை மட்டுமே உடுத்துவேன்; தலையை மொட்டை அடித்துக்கொள்வேன் என்றும் சொன்னார். தேர்தலில் தோற்றபிறகும், சோனியா மீதான தனிப்பட்ட தாக்குதல்களை பாரதிய ஜனதா கைவிடவில்லை. சோனியா பிரதமரானால், பதவியேற்பு விழாவைப் புறக்கணிப்பது என அக்கட்சி முடிவு செய்தது. சோனியாவின் தனிப்பட்ட பாதுகாப்புக்குமான மிரட்டலும் அதிகரித்தது. ராகுல் மற்றும் பிரியங்காவின் பாதுகாப்பையும் அதிகரிக்க அறிவுறுத்தப்பட்டது. ஆனால், பாதுகாப்பு பற்றிய கவலையில்லாமல்தான் மூவரும் இருந்தனர். சோனியாவின் முடிவு வேறுமாதிரியாக இருந்தது. அனைவருக்கும் அதிர்ச்சி அளிக்கும் அந்த முடிவை

எடுத்தார். பிரதமராக வேண்டும் என்று எப்போதும் நான் விரும்பியதில்லை. அப்படி ஏதாவது சூழல் ஏற்பட்டால், நான் என் மனசாட்சியின்படிதான் முடிவெடுப்பேன். இப்போது என்னுடைய மனசாட்சி, இந்தப் பதவியை ஏற்க வேண்டாம் என்று சொல்கிறது. அதனால், பிரதமர் பதவியை நான் ஏற்கப்போவதில்லை என்றார். காங்கிரஸ் தலைவர்கள் அதிர்ச்சி அடைந்தனர்.

காங்கிரஸ் தலைவர்களின் வற்புறுத்தலையும் மீறி, மன்மோகன் சிங்கை பிரதமராக அறிவித்த சோனியா, இந்தியா நல்ல பிரதமர் ஒருவரின் கைகளில் கொடுக்கப்பட்டிருக்கிறது என்றார். மன்மோகன் சிங் அதற்கு முன், நிதி அமைச்சராகச் சிறப்பாகப் பணியாற்றியவர். அவர் மீது எந்த ஊழல் குற்றச்சாட்டும் இல்லாத நேர்மையானவர். அதனால்தான், மன்மோகன் சிங்கை சோனியா தேர்ந்தெடுத்தார். பிரதமராவதற்கான அனைத்து உரிமைகளும் சோனியாவுக்கு இருந்தது. ஆனால், கட்சியின் நலன் கருதி அவர் இந்த முடிவை எடுத்தார். தனக்குப் பதவி ஆசை இல்லை என்பதை இதன்மூலம் அவர் தெளிவுபடுத்தினார். பதவி வெறி பிடித்த வெளிநாட்டவர் என்ற எதிர்கட்சிகளின் குற்றச்சாட்டுக்குத் இச் செயல் மூலம் பதிலடி கொடுத்தார்.

2006-ல், ஹைதராபாத்தில் நடைபெற்ற பொதுக்கூட்டத்துக்குப் பிறகு, மீண்டும் ஒரு அதிரடி முடிவு எடுத்தார் சோனியா காந்தி. நாடாளுமன்ற உறுப்பினர் உள்ளிட்ட பத்துக்கும் மேற்பட்ட தலைமைப் பதவிகளில் இருந்து ராஜினாமா செய்தார். அதில், NAC எனப்படும் தேசிய ஆலோசனைக் குழுவின் தலைமைப் பொறுப்பும் ஒன்று என்பது

குறிப்பிடத்தக்கது. இந்த அமைப்பு, மத்திய அரசின் கொள்கைகளைக் கண்காணிப்பதற்காக உருவாக்கப்பட்டது. இதன் தலைமைப் பொறுப்பு, மத்திய அமைச்சருக்கு இணையான தகுதி கொண்டது. எதிர்கட்சிகள், இந்தப் பதவியிலிருந்தும் சோனியா விலக வேண்டும் என நாடாளுமன்றத்தில் பல நாட்களாகக் குரல் எழுப்பிவந்தன. 2006, மார்ச் 3-ஆம் தேதி, ஜன்பத் வீட்டில், ராகுல் உடனிருக்க, ஊடகங்கள் முன்னிலையில் இந்தப் பதவி விலகல் செய்தியை அறிவித்தார் சோனியா. நாடாளுமன்ற உறுப்பினர் பதவியையும் ராஜினாமா செய்த அவர், மீண்டும் ரேபரேலி தொகுதி மக்களையே சந்தித்து நியாயம் கேட்கப்போவதாகச் சொன்னார்.

சோனியா காந்தி பதவி விலகி ஒரு மாதத்துக்குள்ளாக, ரேபரேலி தொகுதியில் ராகுல் முகாமிட்டார். பொதுமக்கள் மத்தியில் பல பொதுக்கூட்டங்களில் பேசினார். மூன்று வாரங்களில், 300-க்கும் மேற்பட்ட கூட்டங்களில் அவர் கலந்துகொண்டார். இந்தமுறை, சோனியாவும் பிரியங்காவும், சில குறிப்பிட்ட பொதுக்கூட்டங்களில் மட்டுமே பங்கேற்றனர். அதுவரை இல்லாத அளவு, மிகப்பெரிய வாக்கு வித்தியாசத்தில் சோனியா வெற்றிபெற்று மீண்டும் நாடாளுமன்ற உறுப்பினர் ஆனார். ராகுல், தனி ஆளாகக் களத்தில் நின்று பணி செய்வதை சோனியாவும் பிரியங்காவும் பெருமையுடன் கவனித்தனர். முதன்முதலாக, ஒரு பெரிய பொறுப்பைச் சுமந்து அதில் வெற்றியும் பெற்றார் ராகுல் காந்தி. அதே 2006-ஆம் ஆண்டில், சோனியாவிடம் பிரதமராக ஆகும் திட்டம் குறித்து ஒரு தொலைக்காட்சிப் பேட்டியில் கேட்டனர். தன் மனசாட்சியின் குரல் இன்னும் மாறவில்லை எனப்

பதிலளித்தார். மன்மோகன் சிங் மிகச் சிறப்பாகச் செயல்படுகிறார். அவரது செயல்பாடுகளில் தனக்கு மிகுந்த திருப்தி இருக்கிறது என்றார்.

2007-ல், குஜராத் சட்டப்பேரவைத் தேர்தல் நடைபெற்றது. பல பிரசாரக் கூட்டங்களில் பங்கேற்றார் சோனியா காந்தி. கோத்ரா சம்பவத்தைச் சுட்டிக்காட்டி, மோடியை மரண வியாபாரி என கடுமையாக விமர்சித்தார். ஆனால், பாரதிய ஜனதா வலுவாக இருந்தது. மோடி மீண்டும் ஆட்சியைக் கைப்பற்றி முதல்வர் ஆனார்.

2009 பொதுத் தேர்தலில், ஐக்கிய முற்போக்குக் கூட்டணியே வென்றது. மன்மோகன் சிங் மீண்டும் பிரதமரானார். ஐக்கிய முற்போக்கு அரசைப் பாதுகாக்கும் தேவதை என சோனியாவைப் புகழ்ந்தார் மன்மோகன் சிங். அடுத்த ஐந்து ஆண்டுகளுக்கு சோனியா காந்தியின் ஆலோசனையும் அறிவுரையும் அரசுக்கு அவசியம் எனப் பேசினார். ஐக்கிய முற்போக்குக் கூட்டணியின் இரண்டாவது ஆட்சியில், பல்வேறு ஊழல் குற்றச்சாட்டுகள் எழுந்தன. 2ஜி, நிலக்கரிச்சுரங்க ஊழல், காமன்வெல்த் ஊழல் போன்ற குற்றச்சாட்டுகள் எழுந்தன. சோனியா காந்தி மீதும், குற்றச்சாட்டுகளை எழுப்பிவந்தார், சுப்பிரமணியன் சுவாமி. நேஷனல் ஹெரால்டு ஊழல் சம்பந்தமாக அவர் தொடர்ந்த வழக்கில், சோனியாவும் ராகுலும் முதன்முறையாக நீதிமன்றத்தில் ஆஜராகினர். 2000 கோடி வரை முறைகேடு நடந்ததாகக் குற்றம் சாட்டியிருந்தார் சுப்பிரமணியன் சுவாமி. ஐக்கிய முற்போக்குக் கூட்டணியின் இரண்டாவது ஆட்சியில், காங்கிரஸ் மீது எழுந்த ஊழல் புகார்களின் காரணமாக, 2014 பொதுத் தேர்தலில் வரலாறு காணாத தோல்வியைத் தழுவியது காங்கிரஸ்.

2017-ல், காங்கிரஸ் தலைவராக ராகுல் பதவியேற்பு விழாவில் பேசினார் சோனியா. சிறு வயது முதலே பல்வேறு இழப்புகளைச் சந்தித்தவர் ராகுல். அவர் அரசியலில் பங்கேற்ற நாள் முதல், பல தனிப்பட்ட தாக்குதல்களை எதிர்கொண்டுள்ளார். அதனால், ராகுல் இப்போது வலிமை பெற்றிருக்கிறார் எனத் தெரிவித்தார். ராகுல், காங்கிரஸ் தலைவராக வேண்டும் என்பது சோனியாவின் நீண்ட நாள் ஆசை. தன் கணவர் ராஜீவ் காந்தி, தீவிர அரசியலில் ஈடுபட முடிவெடுத்தபோது, அச்சம் மிகுந்த மனைவியாக இருந்தார். தன் மகன் ராகுல் காந்தி அந்த நிலைக்கு வந்தபோது, பெருமை மிகுந்த தாயாக அந்தத் தருணத்தை எதிர்கொண்டார். ராகுல் காந்தி பதவியேற்ற பின்னர், அடுத்த இரண்டு வருடங்கள், அரசியலில் சோனியா பெரிய பங்களிப்பைச் செய்ய முடியவில்லை. சிகிச்சைக்காக, அடிக்கடி வெளிநாட்டுப் பயணங்களை மேற்கொண்டார்.

தொடர்ந்து, *2019* தேர்தலிலும் காங்கிரஸ் தோல்வியைத் தழுவியது. ரேபரேலி தொகுதியில் சோனியா வென்றார். அமேதி மற்றும் கேரளாவில் வயநாடு தொகுதிகளில் போட்டியிட்ட ராகுல், அமேதியில் தோல்வி அடைந்தார். தேர்தல் தோல்விக்குப் பொறுப்பேற்று, *2019*-ல் காங்கிரஸ் தலைவர் பதவியை ராஜினாமா செய்தார் ராகுல். கட்சியின் இடைக்கால தலைவராக சோனியா நியமிக்கப்பட்டார். காங்கிரஸில் குடும்ப அரசியலின் தலைமை மீதான விமர்சனத்துக்குப் பிறகு, சமீபத்தில் தலைவர் பதவிக்குத் தேர்தல் நடத்தப்பட்டு, தலித் சமுதாயத்தைச் சேர்ந்த *80* வயதான மல்லிகார்ஜுன கார்கே, காங்கிரஸ் கட்சியின் புதிய தலைவராகத் தேர்ந்தெடுக்கப்பட்டிருக்கிறார்.

சோனியாவுக்கு நெருக்கமான நண்பர்கள் என யாரும் இல்லை. ராஜீவ் காந்தி இருந்தவரை, அவர்தான் சோனியாவின் உலகமாக இருந்தார். அவரது இறப்புக்குப் பிறகு அரசியலுக்கு வர நேர்ந்தபோது, அரசியலையே தனது உலகமாக மாற்றிக்கொண்டார். அதன்பிறகு, அரசியல் தவிர்த்து வேறு எதிலும் பெரிதும் விருப்பமில்லை அவருக்கு.

நூற்றாண்டு கண்ட இந்திய தேசிய காங்கிரஸில், 20 ஆண்டுகளுக்கும் மேலாக தலைமைப்பொறுப்பில் இருந்த பெருமைக்குரிய ஒரே தலைவர் சோனியா காந்திதான். மதவாத சக்திகள் அரசியல் செய்யும் இக்கட்டான சூழலில், தனியொரு ஆளாக காங்கிரஸை மீட்டெடுத்த பெருமை சோனியாவுக்கே உண்டு. உலகில், சக்திவாய்ந்த பெண்களின் பட்டியலில், சோனியாவையும் வரிசைப்படுத்தியிருந்தது, புகழ்பெற்ற ஃபோர்ப்ஸ் பத்திரிகை.

காங்கிரஸை டெல்லி மறந்த கதை

1998-ல், டெல்லியில் முதன்முறையாக ஆட்சியைப் பிடித்தது காங்கிரஸ். 52 இடங்களில் காங்கிரஸ் வென்றது. தொடர்ந்து, 2003-ல் 47 இடங்களில் வென்று ஆட்சியைத் தக்கவைத்துக்கொண்டது. 2008-ல் 43 இடங்களைப் பிடித்து, தொடர்ந்து மூன்றாவது முறையாக ஆட்சி அமைத்தது. 2013-ல், ஆம் ஆத்மி கட்சி முதன்முறையாக களம் கண்ட தேர்தலில், காங்கிரஸ் வெறும் 8 இடங்களில் மட்டும் வென்று படுதோல்வியைச் சந்தித்தது. 2015 தேர்தலில், காங்கிரஸுக்கு ஒரு இடம்கூட கிடைக்கவில்லை. 2020-லும் அதேநிலைதான். போட்டியிட்ட 63 தொகுதிகளில், காங்கிரஸ் வேட்பாளர்கள் வைப்புத் தொகையை இழந்தனர். 1998 முதல் 2013 வரை, 15 ஆண்டுகள் டெல்லி முதல்வராக ஷீலா தீட்சித் இருந்தார்.

2010-ல், டெல்லியில் காமன்வெல்த் போட்டிகள் நடைபெற்றன. அப்போது, மத்தியிலும் டெல்லியிலும் காங்கிரஸ்தான் ஆட்சியில் இருந்தது. இந்தப்

போட்டிகளின்போது உட்கட்டமைப்பு வசதிகளை மேம்படுத்த பல்வேறு பணிகள் நடைபெற்றன. புதிய மைதானங்களை உருவாக்குவது, விளையாட்டு வீரர்களுக்குத் தங்கும் விடுதிகளைக் கட்டுவது, சாலை வசதிகளை மேம்படுத்துவது என்பது போன்ற பணிகளில் ஊழல் நடந்ததாகக் குற்றச்சாட்டு எழுந்தது. ஊழலை எதிர்த்து, பிரதான எதிர்க்கட்சியான பாரதிய ஜனதா உட்பட பல்வேறு அமைப்புகள் போராட்டங்களை நடத்தின. இந்த ஊழல் குறித்து விசாரணை நடத்த வேண்டும் என்ற கோரிக்கை வலுத்தது. இந்தப் போராட்டத்தில், அரவிந்த் கெஜ்ரிவாலின் பொது விவகாரத்துக்கான ஆராய்ச்சி அறக்கட்டளையும் பங்கெடுத்தது. அவர் வருமான வரித் துறையில் பணியாற்றியவர். அப்போது, அரசுத் துறையில் தகவல்கள் வெளிப்படையாக இல்லாதது, ஊழலுக்கு வழிவகுக்கிறது என்பதைப் புரிந்துகொண்டார். வெறும் சிபிஐ விசாரணையோ, ஊழல் தடுப்பு விசாரணையோ நடத்துவது பலன் தராது என நினைத்தார் அரவிந்த் கெஜ்ரிவால். உயர் பதவியில் உள்ள அரசியல் தலைவர்களை விசாரிக்க ஏதுவாக, லோக்பால் மற்றும் லோக் அயுக்தா போன்ற அமைப்புகளை உருவாக்க வேண்டும் என்று கோரிக்கை வைத்தார். அதுகுறித்து அவர் தொடர்ந்து வலியுறுத்தியும் வந்தார். அதற்காக, பல்வேறு போராட்டங்களை அவர் முன்னெடுத்து வந்தார்.

இதே கோரிக்கையை முன்வைத்து போராட்டத்தில் ஈடுபட்டிருந்த அன்னா ஹசாரேவுடன் அரவிந்த் கெஜ்ரிவால் கைகோத்தார். ஊழலுக்கு எதிரான இந்தியா என்ற அமைப்பு உருவாக்கப்பட்டு, அந்த அமைப்பில் முக்கிய நபராக விளங்கினார் கெஜ்ரிவால். தொடர்ந்த போராட்டத்தின் விளைவாக,

லோக்பால் சட்டத்தை இயற்றும் சாத்தியக்கூறுகளை ஆராய அரசு ஒரு குழுவை அமைத்தது. அதில், பொதுமக்களின் பிரதிநிதியாக அரவிந்த் கெஜ்ரிவால் கலந்துகொண்டார். பல போராட்டங்களை முன்னெடுத்தும், லோக்பால் சட்டத்தை நிறைவேற்ற அன்றைய மன்மோகன் சிங் தலைமையிலான காங்கிரஸ் அரசு முன்வரவில்லை. அதுவரை சமூக அமைப்புகளில் இயங்கிவந்த கெஜ்ரிவால், அரசியலில் இறங்க இதுவே காரணமாக அமைந்தது. அதிகாரத்தில் இருந்தால்தான், தமது கோரிக்கைகளை நிறைவேற்றமுடியும் என நினைத்தார்.

2012, நவம்பரில் ஆம் ஆத்மி கட்சியைத் தொடங்கினார். அவர் கட்சி தொடங்கிய இரண்டே மாதங்களில், டெல்லி சட்டப்பேரவைக்குத் தேர்தல் வந்தது. ஆம் ஆத்மி கட்சியும் போட்டியிட்டது. தேர்தலில் பெரிய தாக்கத்தை அக் கட்சி ஏற்படுத்தாது என்ற அரசியல் ஆருடங்களை தேர்தல் முடிவுகள் பொய்யாக்கின. மூன்று முறை டெல்லியை ஆண்ட காங்கிரஸ் வெறும் 8 இடங்களை மட்டுமே பெற்றது. முதல்முறை தேர்தலைச் சந்தித்த ஆம் ஆத்மிக்கு 28 இடங்களை அள்ளிக் கொடுத்தனர் டெல்லி மக்கள். பாரதிய ஜனதா 32 இடங்களைப் பெற்றது. யாருக்கும் பெரும்பான்மை இல்லை. ஆட்சி அமைக்க 36 இடங்கள் தேவை. முறைப்படி, அதிக இடங்களை பெற்ற பாரதிய ஜனதாவை ஆட்சியமைக்க அழைத்தார் டெல்லி ஆளுநர். ஆனால், ஆட்சி அமைக்க பாரதிய ஜனதா முன்வரவில்லை. எனவே, அடுத்த அதிக இடங்களைப் பெற்ற அரவிந்த் கெஜ்ரிவாலின் ஆம் ஆத்மிக்கு அழைப்பு விடுத்தார். காங்கிரஸ் அல்லது பாரதிய ஜனதா ஆதரவு இல்லாமல் ஆட்சி அமைக்க முடியாது என்ற சூழல். காங்கிரஸ்

ஆதரவளிக்க முன்வந்தது. எந்தக் கட்சியை எதிர்த்து புதுக் கட்சியைத் தொடங்கினாரோ, அதே கட்சியின் ஆதரவோடு ஆட்சி அமைக்க வேண்டிய சூழல்.

டெல்லி மக்களிடம் பல்வேறு வழிகளில் கருத்துக் கணிப்பு நடத்தியது ஆம் ஆத்மி. அதன் அடிப்படையில், காங்கிரஸ் ஆதரவோடு டெல்லியில் ஆட்சி அமைத்தது ஆம் ஆத்மி. அரவிந்த் கெஜ்ரிவால், டெல்லி முதலமைச்சர் ஆனார். அவர் பதவியேற்ற சில தினங்களில், லோக்பால் சட்டத்தை நிறைவேற்ற முயன்றார். காங்கிரஸ் அதற்கு ஒத்துழைக்கத் தயாராக இல்லை. எதிர்கட்சியான பாரதிய ஜனதாவும் எதிர்ப்பு தெரிவித்தது. தனது ஒப்புதல் இல்லாமல் சட்டத்தை நிறைவேற்ற முடியாது என ஆளுநரும் முரண்டுபிடித்தார். இதனால், கெஜ்ரிவால் தனது பதவியை ராஜினாமா செய்தார். அதைத் தொடர்ந்து, டெல்லியில் குடியரசுத் தலைவர் ஆட்சி நடைமுறைக்கு வந்தது. அடுத்தடுத்த தேர்தல்களில் தொடர்ந்து ஆம் ஆத்மியே வெற்றிபெற்று டெல்லியில் சிறப்பான ஆட்சி செய்துகொண்டிருக்கிறது. ஆனாலும், துணை நிலை ஆளுநர், மத்திய அரசு ஆகியோருடன் போராடிக்கொண்டே இருக்கிறது. டெல்லியில் காங்கிரஸ் ஆட்சியை இழக்க, ஊழல்தான் முக்கியக் காரணமாக அமைந்தது. 2013 டிசம்பரோடு, டெல்லியை காங்கிரஸ் மறந்துவிட்டது. டெல்லி மக்களும் காங்கிரஸை மறந்து ஒதுக்கிவிட்டனர்.

பாரதிய ஜனதாவின் அரசியல்

பாரதிய ஜனதா கட்சியின் அரசியல் பின்னனி என்ன? வளர்ச்சியை நோக்கிய அரசியல் என கட்டமைக்கப்படும் அதன் பிம்பம் உண்மையில் அப்படிதானா? மதச்சார்பற்ற இந்தியாவில், மதவாத அரசியலுக்கு என்ன வேலை? இப்படிப் பல கேள்விகளுக்கு விடைதெரிய, பாரதிய ஜனதா கட்சியை அதன் ஆரம்பப் புள்ளியில் இருந்து புரிந்துகொள்வது அவசியம்.

1980-களின்ஆரம்பம்தான், பாரதியஜனதாதோன்றவும், மதவாத அரசியல் தொடங்கவும் காரணமாக இருந்தது. எமர்ஜென்ஸிக்குப் பிறகு உருவானது ஜனதா கட்சி. 1980 தேர்தலைச் சந்திப்பதற்கு முன், அந்தக் கட்சியில் பிளவு ஏற்பட்டது. சந்திரசேகர் தலைமையிலான ஜனதா கட்சி ஒரு பிரிவாகப் பிரிந்தது. சரண் சிங் தலைமையில் மதச்சார்பற்ற ஜனதா மற்றொரு பிரிவாக இருந்தது. 1980 தேர்தலில் இரண்டு ஜனதா கட்சிகளும் படுதோல்வியைச் சந்தித்தன. ஜனதா கட்சி தோல்வி அடைய, அன்று கட்சிக்குள் இருந்த வாஜ்பாய், அத்வானி போன்ற

ஜன சங்கத்தினர்தான் காரணம் என்ற குற்றச்சாட்டு எழுந்தது. நாடு முழுவதும் மதக்கலவரங்கள் நடைபெற ஆர்.எஸ்.எஸ். காரணமாக இருந்தது. ஆர்.எஸ்.எஸ். பின்னணி கொண்ட வாஜ்பாயியும் அத்வானியும் ஜனதா கட்சியில் இருந்ததால், அதன் நம்பகத்தன்மை கேள்விக்குள்ளானது. அதுதான் ஜனதா கட்சிக்கு மக்கள் வாக்களிக்கத் தடையாக இருந்தது என, கட்சிக்குள் அடுக்கடுக்கான குற்றச்சாட்டுகள் எழுந்தன. ஜன சங்கத்தினரைக் கட்சியிலிருந்து வெளியேற்ற வேண்டும் என்ற கருத்து வலுப்பெற்றது.

முன்னாள்பிரதமரும்,ஜனதாகட்சியின்தலைவர்களில் ஒருவருமான ஜகஜீவன் ராம், இந்தக் கோரிக்கைக்கு வலுசேர்த்தார். அவர் ஜனநாயகத்துக்கான காங்கிரஸ் என்ற தன் கட்சியைக் கலைத்துவிட்டு, ஜனதா கட்சியில் சேர்ந்தவர். எனவே, இந்தக் கோரிக்கையை வைக்க தனக்குத் தார்மீக உரிமை உண்டு என்று நம்பினார். தொடர்ந்து, ஜனதா கட்சியின் தலைவராக இருந்த சந்திரசேகருக்கு விரிவான கடிதம் ஒன்றையும் எழுதினார். ஜன சங்கத்தினரின் ஆர்.எஸ்.எஸ். தொடர்புகள் குறித்து விரிவான விவாதம் நடத்த வேண்டும் என்ற கோரிக்கை வைத்தார். இது, கட்சியின் பெரும்பாலான தொண்டர்கள் மற்றும் தலைவர்களின் கருத்து எனவும் சொன்னார்.

ஆர்.எஸ்.எஸ்.ஸுடன் தங்களைத் தொடர்புபடுத்தி குற்றம் சாட்டுவதை, வாஜ்பாயியும் அத்வானியும் விரும்பவில்லை. உள்நோக்கத்தோடு தங்கள் மீது குற்றம் சுமத்தப்படுவதாகத் தெரிவித்தனர். இத்தகைய கருத்து, கட்சியை மேலும் பலவீனப்படுத்தவே செய்யும் என வாதிட்டனர். ஆர்.எஸ்.எஸ். உறுப்பினர்களாக இருந்தாலும்,

தாங்கள் என்றும் ஜனதா கட்சிக்கே விசுவாசமாக இருப்போம் என்று சொன்னார்கள். ஆர்.எஸ்.எஸ். மீதான குற்றச்சாட்டுகளுக்கு விளக்கமும் அளித்தனர். நாட்டில் நடக்கும் மதக்கலவரங்களுக்கும், ஆர்.எஸ். எஸ் அமைப்புக்கும் எந்தச் சம்பந்தமும் இல்லை. ஆட்சியைப் பிடிக்க ஆர்.எஸ்.எஸ். முயற்சிக்கிறது எனச் சொல்வது அடிப்படை ஆதாரமற்றது என்று வார்த்தைகளைப் பூசி மெழுகினர்.

நிலைமையைச் சமாளிக்க, ஆர்.எஸ்.எஸ். அமைப்புக்கும் வாஜ்பாய் சில யோசனைகளைச் சொன்னார். ஆர்.எஸ்.எஸ். சார்பான பத்திரிகைகள், ஆட்சி மற்றும் அதிகாரம் நிமித்தம் எந்தச் சார்பு நிலையும் எடுக்க வேண்டாம் எனக் கேட்டுக்கொண்டார். எந்த அரசியல் கட்சிகளிலும் ஆர்.எஸ்.எஸ். தொண்டர்கள் சேர வேண்டாம் என வேண்டுகோள் விடுத்தார். இந்து ராஷ்டிரம் என ஆர்.எஸ்.எஸ். முன்வைப்பது பாரத ராஷ்டிரம்தான் என்பதை, தெளிவாக பொதுவெளியில் அறிவிக்குமாறு கோரிக்கை விடுத்தார். இந்தக் கோரிக்கையெல்லாம் நிறைவேற்றப்பட்டால், ஜன சங்கத்தினர் மீதும், ஆர்.எஸ்.எஸ். மீதும் சுமத்தப்படும் குற்றச்சாட்டுகள் குறையும் என்பது வாஜ்பாயியின் எதிர்பார்ப்பாக இருந்தது. ஆனால், வாஜ்பாயியின் இந்த நடவடிக்கைகள் எதுவும் ஜனதா கட்சியின் மூத்த உறுப்பினர்களை எந்தவிதத்திலும் திருப்திப்படுத்தவில்லை. மாறாக, ஜனசங்கத்தினரைக் கட்சியில் இருந்து ஒதுக்க ஆரம்பித்தார்கள். எங்களைக் தாழ்த்தப்பட்டவர்களைப்போல நடத்துகிறார்கள் என ஒரு பொதுக்கூட்டத்தில் அத்வானி வெளிப்படையாகக் குற்றம் சாட்டினார்.

இனியும் ஜனதா கட்சியில் நீடிப்பது பயன் தராது என வாஜ்பாயியும் அத்வானியும் முடிவு செய்தனர்.

அது மேலும் தங்களைப் பலவீனப்படுத்தும் என நினைத்தனர். ஜனதா கட்சியில் இருந்து வெளியேறுவது மட்டுமே நிரந்தரத் தீர்வைத் தரும் என பேசத் தொடங்கினார்கள்.

நாடு முழுவதும் தொண்டர்களைச் சந்தித்து, அவர்களின் கருத்துகளைக் கேட்பது என்று முடிவானது. அந்தப் பொறுப்பை அத்வானியும், சுந்தர்சிங் பண்டாரியும் ஏற்றனர். இரண்டு மாதம் சுற்றுப்பயணம் செய்து கருத்துகளைச் சேகரித்தனர். தங்கள் எதிர்காலம் குறித்து தொண்டர்களிடம் விவாதித்தனர். அது, தொண்டர்களிடையே நேர்மறை தாக்கத்தை ஏற்படுத்தியது. ஜன சங்கத்தினரின் இந்தச் செயல்பாடு, உண்மையில் ஜனதா கட்சித் தலைவர்களுக்கு மகிழ்ச்சியைத் தந்தது. ஜனதா கட்சியில் நீடிக்க வேண்டுமென்றால், ஆர்.எஸ்.எஸ். தொடர்புகளில் இருந்து ஜன சங்கத்தினர் விலக வேண்டும் என்றனர். இல்லையென்றால், அவர்கள் ஜனதா கட்சியில் இருந்து வெளியேற்றப்படுவார்கள் என்று தெரிவித்தனர். 1980-ல், ஜனதா கட்சியின் செயற்குழு கூடியது. ஜன சங்கத்தினர் குறித்த இறுதி முடிவை எடுக்க வேண்டுமென ஜகஜீவன் ராம் உள்ளிட்ட தலைவர்கள் வலியுறுத்தினர். வாஜ்பாய், அத்வானி உள்ளிட்ட அனைத்து ஜன சங்கத்தினரையும் நீக்கும் முடிவு எடுக்கப்பட்டது. இது, ஜன சங்கத்தினர் ஏற்கனவே எதிர்பார்த்த முடிவுதான். எனவே, வாஜ்பாய், அத்வானி உள்ளிட்ட ஜன சங்கத்தினர், அடுத்தகட்ட நடவடிக்கைகளில் மும்முரமானார்கள். ஆர்.எஸ்.எஸ். தலைமையுடனும் கலந்தாலோசித்தனர்.

1980, ஏப்ரல் 5-ஆம் தேதி, டெல்லி பெரோஸாகோட்லா மைதானத்தில், இரண்டு நாட்கள் மாநாடு நடத்தினர்.

நாடெங்கும் இருந்து, ஆர்.எஸ்.எஸ்.ஸின் 4000 சுயம் சேவகர்கள் இந்த மாநாட்டில் கலந்துகொண்டனர். மாநாட்டின் இறுதி நாளில், தனிக் கட்சி தொடங்குவது என முடிவானது. கட்சியின் பெயரை பாரதிய ஜனதா கட்சி என அன்றைக்கே தீர்மானித்து அறிவித்தனர். புதிய கட்சியின் தலைவராக வாஜ்பாய் தேர்வு செய்யப்பட்டார். அத்வானி, கட்சியின் பொதுச் செயலாளராகத் தேர்வு செய்யப்பட்டார். ஜனதா கட்சியில் இருந்து விலகி பலரும், பாரதிய ஜனதா கட்சியில் சேர்ந்தனர். அவர்களில், கடந்த தேர்தலில் வென்ற நாடாளுமன்ற உறுப்பினர்களும் அடக்கம். ஜன சங்கத்தைவிட இன்னும் தீவிரமாகவும் சிறப்பாகவும் செயல்படுவோம் என உறுதி அளித்தார் வாஜ்பாய். ஜனதா கட்சியின் மீது எந்த விமர்சனமும் செய்யவில்லை. பாரதிய ஜனதாவுக்கான தனிப்பட்ட பிம்பத்தை கட்டமைக்கத் துவங்கினர்.

மாநாட்டு மேடையில், ஜன சங்கத்தின் நிறுவனர்களான டாக்டர் சியாமா பிரசாத் முகர்ஜி மற்றும் தீனதயாள் உபத்யாயாவின் படங்கள் வைக்கப்பட்டிருந்தன. அவற்றோடு, ஜெய்பிரகாஷ் நாராயணன் படமும் இடம்பெற்றது, பாரதிய ஜனதாவின் அரசியல் நகர்வு. மூன்றில் இரு பங்கு காவி, ஒரு பங்கு பச்சை, நடுவில் தாமரை. இதுதான், பாரதிய ஜனதாவின் கட்சிக் கொடி எனத் தீர்மானமானது. கட்சிக்குச் சின்னம் வேண்டுமே. அத்வானி, தேர்தல் ஆணையம் சென்று கட்சியின் சின்னத்துக்கு விண்ணப்பித்தார். முதலில், ஏர் உழவன் போன்ற ஒரு சின்னத்தை தேர்ந்தெடுப்பதுதான் திட்டம். ஆனால், பதிவுபெறாத பாரதிய ஜனதா கட்சி, சுயேச்சைகளுக்கு ஒதுக்கப்படும் சின்னங்களில் ஒன்றைத்தான் தேர்வு செய்ய முடியும். எனவே, ஏற்கெனவே தீர்மானத்தபடி தாமரை சின்னத்தைத் தேர்ந்தெடுத்தனர். ஆனால்,

அத்வானிக்கு ஏதோவொன்று உறுத்தலாக இருந்தது. சுயேச்சைகளின் சின்னங்களின் பட்டியலில் ரோஜாவும் இடம் பெற்றிருந்தது. அதுவும் தாமரை சின்னத்தைப்போல இருப்பதை அத்வானி கவனித்தார். இந்தக் குழப்பத்தால், பின்னாட்களில் தேர்தலின்போது பிரச்னை வரலாம் என அவர் யோசித்தார். அதனால், ரோஜா சின்னத்தை சுயேச்சை சின்னங்களின் பட்டியலில் இருந்து நீக்குமாறு தேர்தல் ஆணையத்துக்குக் கோரிக்கை வைத்தார். அந்தக் கோரிக்கை ஏற்றுக்கொள்ளப்பட்டது. புதுக் கட்சியை நாடு முழுவதும் கொண்டுசெல்ல, பாரதிய ஜனதா கட்சியினர் சுற்றுப்பயணம் தொடங்கினர். ஆர்.எஸ்.எஸ். தலைவர்களும் அந்தச் சுற்றுப்பயணத்தில் கலந்துகொண்டனர். வழக்கறிஞர்கள் ராம்ஜெத்மலானி, சாந்தி பூஷன் உள்ளிட்டோர், பாரதிய ஜனதாவில் இணைந்தனர். கட்சியை நிர்வகிக்க தேசிய செயற்குழுவும், சிறப்பு அழைப்பாளர்கள் குழுவும் அமைக்கப்பட்டன. ஆர். எஸ்.எஸ்.ஸும், பாரதிய ஜனதாவை உடன் நின்று வழிநடத்த விரும்பியது. அதன் விளைவு, பாரதிய ஜனதாவின் 51 பேர் கொண்ட செயற்குழுவில் 31 பேரும், 14 சிறப்பு அழைப்பாளர்களில் 12 பேரும், ஆர். எஸ்.எஸ். பின்புலம் கொண்டவர்கள். பாரதிய ஜனதா கட்சியில், ஆர்.எஸ்.எஸ்.ஸின் குரல் இன்றைக்கும் ஓங்கியிருப்பதற்கு இதுதான் தொடக்கம். 1980 இறுதியில், பாரதிய ஜனதாவின் முதல் அதிகாரப்பூர்வ கட்சி மாநாடு மும்பையில் நடைபெற்றது. 50 ஆயிரம் பேர் கலந்துகொண்ட அந்த மாநாட்டில், பாரதிய ஜனதா கட்சியின் கொள்கைகளை அறிவித்தார் வாஜ்பாய். பெரும்பான்மையான கொள்கைகளும், அவர்கள் முன்னிறுத்திய தத்துவங்களும், ஜன சங்கத்தின் கொள்கைகளை அடியொற்றியே இருந்தன.

வாஜ்பாயியின் மிதமான இந்துத்துவப்போக்கு, பாரதிய ஜனதாவின் அரசியல் வெற்றிக்குப் பலன் அளிக்கவில்லை. அதோடு, இந்திரா காந்தி இறந்தபோது உண்டான அனுதாப அலையில், பெரும் தோல்வியைச் சந்தித்தது பாரதிய ஜனதா. வாஜ்பாயியின் மென்மையான இந்தப் போக்குதான், நல்ல தலைவர் தவறான இடத்தில் இருக்கிறார் என்ற எதிர்கட்சிகளின் விமர்சனத்தைப் பெற்றுத்தந்தது. 1986-ல், பாரதிய ஜனதாவின் தலைவராக எல். கே. அத்வானி தேர்ந்தெடுக்கப்பட்டார். 1980-களின் தொடக்கத்தில், விஸ்வ ஹிந்து பரிசத் அமைப்பு, ராமஜென்ம பூமி விவகாரத்தைக் கையிலெடுத்து பிரசாரம் செய்து வந்தது. ஆர்.எஸ். எஸ். வழிகாட்டுதலின்படி, அத்வானி தலைமையில் தீவிர இந்துத்துவ அரசியலை முன்னெடுத்தது பாரதிய ஜனதா. ராமஜென்ம பூமியின் அரசியல் குரலாக பாரதிய ஜனதா செயல்பட்டு வந்தது. அது, முஸ்லிம்களுக்கும் மற்ற சிறுபான்மையினருக்கும் எதிரான அரசியலாகவும் இருந்தது. இந்தத் தீவிர இந்துத்துவ அரசியல், பாரதிய ஜனதாவுக்குப் பலனைத் தந்தது. 1989 முதல், தேர்தல் அரசியலில் பாரதிய ஜனதா வெற்றிபெற ஆரம்பித்தது. 1991-ல், தேர்தல் அரசியலில் பாரதிய ஜனதா குறிப்பிடத்தக்க மைல் கல்லை எட்டியது. நாடாளுமன்றத்தில் 117 இடங்களை வென்றதோடு, நான்கு மாநிலங்களில் ஆட்சியையும் பிடித்தது.

1992, டிசம்பர் 6. இந்திய வரலாற்றில் ஒரு கருப்பு நாள். அயோத்தியில் இருந்த பாபர் மசூதி இடிக்கப்பட்டது. இந்து - முஸ்லிம் மதக் கலவரத்தில், இரண்டாயிரத்துக்கும் மேற்பட்டோர் கொல்லப்பட்டனர். சுதந்திரத்துக்குப் பிறகான

மிகப்பெரிய மதக் கலவரம். உத்தர பிரதேச மாநிலத்தின் அயோத்தி, இந்து - முஸ்லிம் பகைமைக்கான வரலாற்றுச்சான்றாக, இந்திய வரலாற்றில் நிலைத்துப்போனது. 1990-களின் ஆரம்பத்தில், ராமஜென்ம பூமி பிரசாரத்தை முன்னெடுத்து இந்தியா முழுவதும் அத்வானி ரதயாத்திரை சென்றார். இந்துத்துவ அமைப்புகள், பாபர் மசூதியை இடிப்பதற்கான பிரசாரத்தை முன்னெடுத்தனர். 16-ஆம் நூற்றாண்டில், முகலாய மன்னர் பாபரால் கட்டப்பட்டது அந்த மசூதி. பாரதிய ஜனதா உள்ளிட்ட இந்துத்துவ அமைப்புகள், அந்த இடம் ராமர் பிறந்த இடம் என, நம்பிக்கையின் அடிப்படையில் சொல்லின. அந்த இடத்தில் ராமர் கோவில் கட்ட வேண்டும் என வலியுறுத்தின. நீதிமன்ற உத்தரவின் பேரில், பலத்த பாதுகாப்பு வளையத்துக்குள் இருந்தது பாபர் மசூதி. கோவில் கட்டுவதற்காக முதல் செங்கல்லை வைக்க வேண்டும் என அனுமதி வாங்கினர், இந்துத்துவவாதிகள். ஆனால், அதற்குள்ளாக இரண்டு லட்சத்துக்கும் அதிகமான இந்து கும்பல், காவல் தடுப்புகளை மீறி மசூதிக்குள் நுழைந்தது. ஆயுதங்களோடு வந்திருந்த அந்தக் கும்பல், மசூதி மீது ஏறி ஆவேசமாக இடிக்கத் தொடங்கியது. பாதுகாப்புக்காகக் குவிக்கப்பட்டிருந்த காவலர்கள், எந்த நடவடிக்கையும் எடுக்காமல் வேடிக்கை பார்த்ததாகக் குற்றச்சாட்டு எழுந்தது. செய்தி சேகரிக்கச் சென்ற பத்திரிகையாளர்கள், தாக்குதலுக்கு உள்ளானார்கள். இஸ்லாமியர்களின் வீடுகள் மற்றும் கடைகளை வெறிகொண்டு தாக்கியது, அந்த இந்துத்துவக் கும்பல். இந்தக் கலவரம், இந்தியாவின் மற்ற பகுதிகளுக்கும் தீயெனப் பரவியது. நாடெங்கும் இஸ்லாமியர்கள் தக்கப்பட்டனர்.

மதச்சார்பற்ற காங்கிரஸ் ஆளும் தேசத்தில், இந்தத் துயரச் சம்பவம் நடந்தேறியது. எதிர்கட்சித் தலைவராக இருந்த பாஜக தலைவர் அத்வானி, பதவி விலகினார். மத்தியில், மனிதவளத் துறை அமைச்சகத்தின் ஆலோசகராக இருந்த எம்.ஜே. அக்பர், உடனடியாகப் பதவி விலகினார். மசூதி இடிக்கப்படும் என்ற பேச்சு, சிறிது காலமாகவே தொடர்ந்து இருந்துவந்தது. அது தெரிந்தும், மத்திய அரசு மெத்தனமாக நடந்துகொண்டது. மசூதியை பாதுகாக்கத் தவறிவிட்டது எனக் குற்றம் சாட்டினார். உத்தர பிரதேச மாநிலத்தில், கல்யாண் சிங் தலைமையில் பாரதிய ஜனதா ஆட்சி நடைபெற்று வந்தது. ஆனால், இந்தச் சம்பவத்தைத் தடுக்க நரசிம்ம ராவ் தலைமையிலான மத்திய காங்கிரஸ் அரசு எந்த நடவடிக்கையும் எடுக்கவில்லை என்ற குற்றச்சாட்டு எழுந்தது.

1996 நாடாளுமன்றத் தேர்தலில் வென்று, பாரதிய ஜனதா முதன்முறையாக ஆட்சி அமைத்தது. வாஜ்பாய், முதல்முறையாகப் பிரதமராகப் பதவியேற்றார். ஆனால், பெரும்பான்மையை நிரூபிக்க முடியாததால், பதிமூன்று நாட்களில் அந்த ஆட்சி முடிவுக்கு வந்தது. 1998 தேர்தலில் பாரதிய ஜனதா மீண்டும் வெற்றிபெற்று, வாஜ்பாய் இரண்டாவது முறை ஆட்சி அமைத்தார். பாரதிய ஜனதா அரசுக்கு அளித்து வந்த ஆதரவை அ.தி.மு.க. விலக்கிக்கொள்ள, 13 மாதங்களில் ஆட்சி முடிவுக்கு வந்தது. மீண்டும் 1999 தேர்தலில், பாரதிய ஜனதா தலைமையில் தேசிய ஜனநாயக கூட்டணி என்ற பெயரில் வலுவான கூட்டணி அமைந்தது. பாரதிய ஜனதா 182 இடங்களிலும், கூட்டணி மொத்தம் 294 இடங்களிலும் வென்றது. வாஜ்பாய் மூன்றாவது முறையாகப் பிரதமர் ஆனார்.

2002, பிப்ரவரி 27-ஆம் தேதி, அயோத்தியில் இருந்து அகமதாபாத்துக்கு வந்துகொண்டிருந்தது சபர்மதி ரயில். விடிந்து சற்று நேரமே ஆகியிருந்தது. அகமதாபாத்தில் இருந்து 120 கிலோமீட்டர் தொலைவில் உள்ள கோத்ரா நிலையத்தில் ரயில் நின்றுகொண்டிருந்தது. ரயிலின், எஸ் 6 பெட்டி தீவைத்துக் கொளுத்தப்பட்டது. அந்தப் பெட்டியில், அயோத்தியில் இருந்து குஜராத் திரும்பிக்கொண்டிருந்த 59 கரசேவகர்கள் இருந்தனர். அனைவரும் உடல் கருகி உயிரிழந்தனர். 40-க்கும் மேற்பட்டோர் தீக்காயம் அடைந்தனர். இதைத் தொடர்ந்து, குஜராத் மாநிலம் முழுவதும் மதக்கலவரம் ஏற்பட்டது. இஸ்லாமியர்களின் வீடுகளை இந்துத்துவ அமைப்பினர் சூறையாடினர். பெண்கள், குழந்தைகள் என எந்தப் பாகுபாடும் இல்லாமல் தாக்குதல் நடத்தப்பட்டது. அரசும் காவல் துறையும், வன்முறையைக் கட்டுப்படுத்த எந்த முயற்சியும் எடுக்கவில்லை. 1200-க்கும் மேற்பட்டோர் உயிரிழந்தனர். வழக்கு விசாரிக்கப்பட்டு, 31 பேர் குற்றவாளிகளாக அறிவிக்கப்பட்டனர். 11 பேருக்கு மரண தண்டனையும், 20 பேருக்கு ஆயுள் தண்டனையும் விதிக்கப்பட்டது. முக்கியக் குற்றவாளிகள் உள்ளிட்ட 63 பேர் விடுவிக்கப்பட்டது சர்ச்சையானது. மரண தண்டனை பெற்றவர்கள் சார்பிலும், அரசு சார்பிலும் குஜராத் உயர்நீதிமன்றத்தில் மேல்முறையீடு செய்யப்பட்டது. இதில், 11 பேரின் மரண தண்டனை, ஆயுள் தண்டனையாகக் குறைத்து உத்தரவிட்டது உயர் நீதிமன்றம். மாநில அரசு சட்டம் ஒழுங்கை காப்பாற்றத் தவறிவிட்டதாகவும் குற்றம் சாட்டியது உயர் நீதிமன்றம். பிரதமர் நரேந்திர மோடி, குஜராத் முதல்வராக இருந்தபோதுதான் இந்தச் சம்பவம் நடந்தது.

2004 மற்றும் 2009 தேர்தல்களில், வலுவான காங்கிரஸ் தலைமையிலான கூட்டணியிடம் பாரதிய ஜனதா தொடர் தோல்வியைத் தழுவியது. ஆனாலும், காங்கிரஸுக்கு எதிராகப் பல பிரச்னைகளை எழுப்பி, தொடர்ந்து அரசியல் செய்துவந்தது. தனிப்பட்ட தாக்குதல்கள், வன்முறை மோதல்கள் என அனைத்து வாய்ப்புகளையும் அரசியலுக்காகத் தொடர்ந்து பயன்படுத்திவந்தது. நாடு முழுவதும் மத மோதல்களைத் தூண்டிவிட்டு அரசியல் செய்வதாக பாரதிய ஜனதா மீது குற்றச்சாட்டுகள் எழுந்தன.

2014-ல், குஜராத் மாடல் என கட்டமைக்கப்பட்ட பிம்பம், காங்கிரஸ் மீதான ஊழல் குற்றச்சாட்டுகள், வளர்ச்சியின் நாயகன் மோடி என்ற பிரசாரம் என அனைத்தும் பாரதிய ஜனதாவுக்குச் சாதகமான விஷயங்களாக மாறின. 282 இடங்களைக் கைப்பற்றி, முதல்முறையாக ஆட்சி அமைத்தார் மோடி.

2016-ல், கருப்புப் பணத்தை முற்றிலுமாக ஒழிக்கும் நடவடிக்கை எனச் சொல்லப்பட்ட, பண மதிப்பிழப்பீட்டு நடவடிக்கை அதிரடியாக அமல் செய்யப்பட்டது. 500 மற்றும் 1000 ரூபாய் நோட்டுகள் செல்லாது என, தொலைக்காட்சியில் தோன்றி திடீரென அறிவித்தார் மோடி. ஏழை மக்கள் தெருவில் நின்றார்கள். பலர் இறப்புக்கும் இந்த நடவடிக்கை காரணமாக இருந்தது. 50 நாட்களுக்குள் நிலைமை சரியாகும் என்றார் மோடி. ஆனால், பொதுமக்கள் பல நாட்கள் துயரப்பட்டனர். 99 சதவீதத்துக்கும் அதிகமான பழைய நோட்டுகள் புதிய நோட்டுகளாக மாற்றப்பட்டன. இந்த நடவடிக்கையால் எந்தப் பலனும் இல்லை என விமர்சனம் எழுந்தது. இந்த நடவடிக்கை, பழைய நோட்டுகளைப்போலவே செல்லாக்காசாகிப் போனது. இதனால் ஏற்பட்ட

ஒரே பயன், பெரும்பான்மை மக்கள் நேரடிப் பணப் புழக்கத்தில் இருந்து டிஜிட்டல் பணப் பரிவர்த்தனைக்கு மாறியதுதான். காங்கிரஸ் உள்ளிட்ட எதிர்கட்சிகள், இதை கண்மூடித்தனமான நடவடிக்கை எனச் சொல்லி, போராட்டங்களை அறிவித்தன.

2017-ல், ஜி.எஸ்.டி. எனப்படும் சரக்கு மற்றும் சேவை வரிக்கான சட்டம் அறிமுகப்படுத்தப்பட்டது. இந்தியா முழுமைக்குமான ஒரே வரி என்ற சட்டம் அவசரகதியில் நிறைவேற்றப்பட்டதால், பல சிறு குறு நிறுவனங்கள் பெரிதும் பாதிக்கப்பட்டன. பல சிறிய நிறுவனங்கள், தொடர்ந்து செயல்பட முடியாமல் இழுத்து மூடப்படும் நிலைக்குச் சென்றன. மறுபுறம், ஜி.எஸ்.டி.யில் இருந்து மாநில அரசுகளுக்குச் சேர வேண்டிய பங்கை மத்திய அரசு தர தாமதம் செய்கிறது என, தமிழகம் உள்ளிட்ட பெரும்பாலான மாநிலங்கள் குற்றம் சாட்டின. மேலும், வேலைவாய்ப்பின்மை மற்றும் விலைவாசி உயர்வு பெரும் பிரச்னைகளான உருவெடுத்தன.

2018-ல், தொடர்ந்து ஐந்து மாநில சட்டப்பேரவைத் தேர்தல்களில் தோல்வியைத் தழுவியது பாரதிய ஜனதா. ஆனால், இந்தப் பிரச்னைகள் எதுவும், 2019 நாடாளுமன்றத் தேர்தலில் பாரதிய ஜனதாவுக்கு எந்தப் பாதிப்பையும் ஏற்படுத்தவில்லை. புல்வாமா தீவிரவாத தற்கொலைத் தாக்குதலைத் தொடர்ந்து, மத்திய அரசு நடத்திய துல்லியத் தாக்குதல் *(Surgical Strike)*, தேர்தலில் பாரதிய ஜனதாவுக்குப் பெரும் ஆதரவைப் பெற்றுத்தந்தது. பாரதிய ஜனதாவே தேர்தலுக்காகத் திட்டமிட்டு இந்தத் தாக்குதலை நடத்தியது என்ற குற்றச்சாட்டும் எழுந்தது. மோடி, இரண்டாவது முறையாகப் பிரதமராகப் பதவியேற்றார்.

2020 செப்டம்பரில், மத்திய அரசு மூன்று வேளாண் சட்டங்களைக் கொண்டுவந்தது. விளைபொருள்களுக்கான விற்பனை, சந்தைப்படுத்துதல், விவசாயச் சீர்திருத்தங்களை மேற்கொள்ளுதல் ஆகியவையே அந்த மூன்று சட்டங்கள். இந்தச் சட்டங்கள் தங்களுக்கு எதிரானவை என்று கூறி, நாடு முழுவதும் விவசாயிகள் போராட்டம் நடத்தினர். பஞ்சாப் விவசாயிகள், ஓராண்டுக்கும் மேலாக அமைதியான முறையில் போராட்டம் நடத்தினர். அவர்களின் கோரிக்கைகளுக்கு மத்திய அரசு செவிசாய்க்கவில்லை. இந்தப் பிரச்னை, சர்வதேச அளவில் பேசுபொருளானது. இந்தப் போராட்டத்தில், நூற்றுக்கணக்கான விவசாயிகள் இறந்துபோனார்கள். உச்ச நீதிமன்றம் தலையிட்டு, மத்திய அரசின் இந்த மெத்தனப்போக்கை கண்டித்தது. விவசாயிகளின் போராட்டத்தை மத்திய அரசு கையாண்ட விதம், நீதிமன்றத்துக்குத் திருப்தியைத் தரவில்லை. 2021 ஜனவரியில், வேளாண் சட்டங்களுக்கு உச்ச நீதிமன்றம் இடைக்காலத் தடை விதித்தது. 2021, நவம்பர் 19 அன்று, தொலைக்காட்சியில் பேசிய மோடி, டிசம்பர் நாடாளுமன்றக் கூட்டத்தொடரில் மூன்று வேளாண் சட்டங்களையும் தனது அரசு ரத்து செய்யும் என்று சொன்னார். அதன்படி, மூன்று வேளாண் சட்டங்களையும் ரத்து செய்வதற்கான மசோதா மக்களவை மற்றும் மாநிலங்களவையில் விவாதமின்றி நிறைவேற்றப்பட்டன.

பல மாநிலங்களில், ஆட்சி அமைக்கத் தேவையான இடங்களில் வெற்றிபெறாவிட்டாலும், அதிகாரம் மற்றும் பணபலத்தைப் பயன்படுத்தி ஆட்சியில் அமர்கிறது பாரதிய ஜனதா கட்சி. கோவாவிலும், மகாராஷ்டிரா அரசியலிலும் அதுதான் நடந்தது.

தமிழகத்திலும், ஜெயலலிதா இறந்த பிறகு அதிமுகவை தன் கைப்பாவையாக்கி அரசியல் செய்தனர், மோடியும் அமித்ஷாவும். நாடெங்கும் ஒரே நாடு, ஒரே மொழி, ஒரே தலைவர், ஒரே மதம் என ஆபத்தான ஒற்றைக் கொள்கையை விதைக்கிறது பாரதிய ஜனதா. வேற்றுமையில் ஒற்றுமை என்னும் இந்திய தேசத்தின் அடிநாதம் அசைத்துப் பார்க்கப்படுகிறது. அவர்களுக்கு அடிபணியாத மாநில அரசுகளுடன், ஆளுநர்களை வைத்து அரசியல் செய்கிறார்கள். நேற்று புதுச்சேரியில் நடந்ததும், இன்று தமிழகத்தில் நடப்பதும் இதுதான்.

விலைவாசி உயர்வு, வேலைவாய்ப்பின்மை, பெட்ரோல் மற்றும் எரிவாயு விலை உயர்வு போன்ற அனைத்தும், சாமானிய மக்களைப் பாதித்திருக்கிறது. அதற்கான பலனை, பாரதிய ஜனதா ஒவ்வொரு மாநிலத் தேர்தலிலும் பெற்றுவருகிறது.

இந்தியாவின் பன்முகத்தன்மையை மதிக்காமை, மாநில அரசுகளின் சுயாட்சி கோரிக்கைகளை நிராகரிக்கும் போக்கு.. இப்படி, பாரதிய ஜனதாவின் செயல்பாடுகளை, பெரும்பாலான பிராந்தியக் கட்சிகள் எதிர்க்கின்றன. எதிர்கட்சிகள் ஒன்றிணைவதன் அவசியம், முன் எப்போதையும்விட இப்போது இன்னும் அதிகரித்திருக்கிறது. அது நிகழும்போது, இந்திய அரசியலில் மிகப்பெரும் மாற்றம் வரும்.

‘மோடி அலை’யும் –
ராகுலின் எதிர்காலமும்

2014, நாடாளுமன்றத் தேர்தல் நெருங்கியது. காமன்வெல்த் ஊழல், ஆதர்ஷ் குடியிருப்பு ஊழல், அகஸ்டா வெஸ்ட்லேண்ட் ஹெலிகாப்டர் ஊழல் என, காங்கிரஸ் ஆட்சியின் மீது அடுக்கடுக்காக ஊழல் புகார்கள் எழுந்தன. அதன் நீட்சியாக, ஊழல் குற்றச்சாட்டுகளின் அடிப்படையில் பிரதமரையும் விசாரிக்க வேண்டுமென கோரிக்கை எழுந்தது. அதற்கு வழிவகை செய்யும் லோக்பால் சட்ட மசோதாவை நிறைவேற்றக் கோரி, நாடு முழுவதும் போராட்டங்கள் நடைபெற்றன. மறுபுறம், பணவீக்கம் உயர்ந்து, விலைவாசியும் அதிகரித்தது. இந்த நெருக்கடியான சூழலில்தான், நாடாளுமன்றத் தேர்தலை காங்கிரஸ் எதிர்கொண்டது.

பா.ஜ.க.வின் பிரதமர் வேட்பாளராக, அப்போதைய குஜராத் மாநில முதல்வர் நரேந்திர மோடி களமிறக்கப்பட்டார். குஜராத்தில் பாலாறும் தேனாறும் ஓடுகிறது. மோடி பிரதமரானால்,

இந்தியாவின் அனைத்து மாநிலங்களும் குஜராத்போல வளர்ச்சி அடையும் என, குஜராத் மாடலை முன்வைத்து நாடெங்கும் பாரதிய ஜனதா பிரசாரம் மேற்கொண்டது. வளர்ச்சியின் நாயகன் என கட்டமைக்கப்பட்ட மோடியின் அலை வீசிக்கொண்டிருந்தது. காங்கிரஸின் தேர்தல் பொறுப்புகள், ராகுலிடம் ஒப்படைக்கப்பட்டன. பா.ஜ.க.வின் அன்றைய வியூகங்களுக்கு எதிரான வலுவான தேர்தல் வியூகம், காங்கிரஸிடம் அப்போது இல்லை. தனது பாட்டி மற்றும் தந்தையின் இழப்புகளை முன்னிறுத்தியே, ராகுலின் பெரும்பாலான பேச்சுகள் இருந்தன. தங்கள் அரசின் சாதனைகளைச் சொல்லி வாக்கு கேட்கத் தவறியது காங்கிரஸ். அரசியலில் ஆர்வம் இல்லாத தலைவர் என, எதிர்கட்சியினர் தொடர்ந்து பிரசாரம் செய்தனர். காங்கிரஸ் கட்சி, வரலாறு காணாத தோல்வியைச் சந்தித்தது. ஊழல் குற்றச்சாட்டுகளுக்கு உள்ளான காங்கிரஸை, இந்த முறை மக்கள் “கை” கழுவினர். பாரதிய ஜனதாவுக்கு எதிர்பாராத வெற்றி கிடைத்தது. 282 இடங்களைக் கைப்பற்றி, பெரும்பான்மை ஆட்சி அமைத்தது. 543 தொகுதிகளில், வெறும் 44 தொகுதிகளில் மட்டுமே வென்ற காங்கிரஸ், எதிர்கட்சி அந்தஸ்தையும் இழந்தது. காங்கிரஸின் தேர்தல் அரசியல் வரலாற்றில், இதுதான் மோசமான தோல்வி. ராகுல் மற்றும் சோனியாவின் தலைமை மீதான விமர்சனங்கள் வலுத்தன. 1990-களின் இறுதியில், காங்கிரஸ் கட்சியைச் சரிவில் இருந்து மீட்க, கடைசி முயற்சியாக நேரு குடும்பத்தில் இருந்து சோனியா காந்தி தலைமைப் பொறுப்புக்கு வந்தார். அது காங்கிரஸ் கட்சிக்கும் பயன்பட்டது. சரிவிலிருந்து மீண்டு, ஆறு வருடங்களில் மத்தியில் ஆட்சி அமைத்தது. அடுத்த பத்து வருடங்களுக்கு,

ஆட்சியைத் தக்கவைக்கவும் முடிந்தது. ஆனால், இந்த முறை எதிர்கட்சிகள், அவர்களின் குடும்ப அரசியலையே கடுமையாக விமர்சித்தன.

இப்போதும், காங்கிரஸ் தன்னை பலப்படுத்திக்கொள்ள சில வாய்ப்புகள் இருந்தன. ராகுலின் மீது நம்பிக்கை வைத்து, அடுத்த தேர்தலுக்கான வேலைகளைச் செய்வது; அவரை அடுத்த காங்கிரஸ் தலைவராக உருவாக்குவது ஒரு வாய்ப்பு. அவர் மீது, இளைஞர்களை பிரதிநிதித்துவப்படுத்தும் தலைவர் என்ற பொதுவான கருத்து இருந்தது. காங்கிரஸ் கட்சிக்குள் அவருக்கு எதிர்ப்புகள் இல்லை. கட்சிக்குள் அவரால் ஆபத்து வரப்போவதில்லை. அதிகாரத்தைத் தவறான வழியில் இதுவரை பயன்படுத்தியதில்லை. இருந்தும், அது அவ்வளவு எளிதானதும் அல்ல. ஏற்கெனவே இருக்கும் குடும்ப அரசியல் குற்றச்சாட்டுக்கு அது இன்னும் வலு சேர்க்கும். மோடிக்கு நிகரான வலுவான தலைவராக அவர் இன்னும் உருவாகவில்லை. இன்னும் ஐந்து ஆண்டுகளில், மோடி மீது மக்கள் நம்பிக்கை இழந்தாலும், அந்த வாக்குகள் ராகுலின் தலைமைக்கு ஆதரவாகத் திரும்பாது. அது ஆளும் கட்சிக்கே சாதகமாக அமையும். ராகுல், அடுத்த தேர்தலுக்கு முன் தன்னை நிரூபித்துக் காட்ட வேண்டிய தேவை இருந்தது.

தேர்தல் தோல்விக்குப் பொறுப்பேற்று ராகுல் பதவி விலகுவது இரண்டாவது வாய்ப்பு. அதன்மூலமாக, புதிய தலைமையின் கீழ் இயங்கும் காங்கிரஸ் புத்துயிர் பெறும். உள்கட்சி ஜனநாயகத்தை வலுப்படுத்தும் முயற்சியாகவும் அது இருக்கும். ஆனால், சரியான தலைமை அமையாதுபோனால், கட்சியில் பிளவு ஏற்பட வாய்ப்பு இருக்கிறது. பிரியங்காவை

கட்சித் தலைவராக அறிவிப்பது. இது மூன்றாவது வாய்ப்பு. ஆனால், ராகுல் சந்தித்த/சந்திக்கும் அதே விமர்சனத்தை பிரியங்காவும் எதிர்கொள்ள நேரிடும். போதாக்குறைக்கு, பிரியங்காவின் கணவர் ராபர்ட் வதேரா மீது ஊழல் குற்றச்சாட்டுகளும் இருந்தன. மாநிலங்கள் அளவிலும் கட்சியை வலுப்படுத்த வேண்டிய தேவை இருந்தது. மாநில அளவிலான கட்சிப் பொறுப்புகளில், வலிமையான தலைவர்களின் போதாமை இருந்தது. உள்ளூர் தலைவர்கள்தான் கட்சிக்கு வாக்கு வங்கியைப் பெற்றுத்தரும் வேலையைச் சரியாகச் செய்யமுடியும். தலைமையில் இருந்த காங்கிரஸ் தலைவர்கள், இதைச் செய்யாமல் தவிர்த்தே வந்தனர். தேர்தல் தோல்விக்குப் பொறுப்பேற்று, தனது பதவியை ராஜினாமா செய்யும் முடிவை அறிவித்தார் ராகுல் காந்தி. ராகுலின் இந்த முடிவை ஏற்றுக்கொள்ள, காங்கிரஸ் காரியக் கமிட்டி மறுத்துவிட்டது. சோனியாவும் ராகுலும், தங்கள் பதவியைத் தொடர்ந்தனர்.

காங்கிரஸின் வரலாற்றுத் தோல்வியும், பா.ஜ.க.வின் மிகப்பெரிய வெற்றியும், நாடு முழுவதும் பேசுபொருளானது. *2015,* பிப்ரவரி மாதம் ராகுல் திடீரென காணாமல் போனார். அவர் வெளிநாட்டுக்குச் சென்றுவிட்டார் என்ற தகவல் பரவியது. பொதுநிகழ்ச்சிகள் எதிலும் ராகுல் கலந்துகொள்ளவில்லை. அவர் ஓய்வில் இருக்கிறார் என்று மட்டும் காங்கிரஸ் கட்சியால் சொல்லப்பட்டது. அவரைப் பற்றிய வதந்திகளுக்குச் சிறகு முளைத்தது. இந்தியா டுடேவின் செய்திப்படி *2015* பிப்ரவரி *16* முதல் ஏப்ரல் *16* வரை நான்கு தென்கிழக்கு ஆசிய நாடுகளுக்கு *60* நாட்கள் பயணம் மேற்கொண்டிருக்கிறார். கம்போடியாவில்

பதினோரு நாட்கள், வியட்நாமில் பன்னிரண்டு நாட்கள், தாய்லாந்தில் பதினைந்து நாட்கள், அதிகபட்சமாக மியான்மரில் இருபத்தியோரு நாட்கள் தங்கியிருக்கிறார்.

2015 முதல் 2019 வரை நான்கு ஆண்டுகளில் மட்டும் 247 முறை வெளி நாட்டுப் பயணங்களை மேற்கொண்டிருக்கிறார். இது சராசரியாக ஆண்டுக்கு அறுபத்தி இரண்டு பயணங்கள், மாதத்திற்கு ஐந்து பயணங்கள். இந்தப் பயணங்கள் சிறப்பு பாதுகாப்புக் குழுவிடம் (SPG) தெரிவிக்காமல் மேற்கொள்ளப் பட்டது என பாராளுமன்ற விவாதத்தில் உள்துறை அமைச்சர் அமித்ஷா குறிப்பிட்டார். சிறப்பு பாதுகாப்புக் குழுவின் பாதுகாப்பில் இருப்பவரது இத்தகையப் பயணங்கள் ஆபத்தானவை என்ற குற்றச்சாட்டுக்கள் எழுந்தன. அவருடைய திடீர் வெளிநாட்டுப் பயணங்களை கூட்டணிக் கட்சிகளும் விமர்சித்த தருணங்கள் உண்டு. மிக முக்கியமானத் தேர்தல்களின் போதும், பாராளுமன்றக் கூட்டத்தொடரின் போதும் அவர் இந்தியாவில் இல்லாமல் இருந்தது தேர்தல் முடிவுகளில் வெளிப்பட்டது.

2022ஆம் ஆண்டு மே மாதம் ராகுல் காந்தி நேபாளத்தில் ஒரு இரவு விடுதியில் இருந்தது சர்ச்சையைக் கிளப்பியது. பல மாநிலங்களில் ராஜ்யசபா தேர்தல் நடந்து கொண்டிருந்த சூழலில் ராகுலின் இந்த வெளிநாட்டுப் பயணம் குறித்து விமர்சனம் எழுந்தது. அவர் தன் நண்பரின் திருமண நிகழ்ச்சிக்காக நேபாளம் சென்றிருக்கிறார். திருமண நிகழ்ச்சியில் கலந்து கொள்வது ஒன்றும் குற்றமில்லை என காங்கிரஸ் விளக்கமளித்தது.

ராகுல் காந்தியின் பெரும்பாலான வெளிநாட்டுப் பயணங்கள் எங்கு ஏன் எதற்கு என வெளிப்படையாக அறிவிக்கப்பட்டதல்ல. ஓய்விலிருக்கிறார், தனிப்பட்ட முறையிலான பயணம் என்ற அளவில் கட்சியும் ஒவ்வொரு முறை அறிவிப்பை வெளியிடுவது வாடிக்கையானது.

2015 ஆம் ஆண்டு அறுபது நாட்கள் விடுப்புக்குப் பிறகு, ஏப்ரல் மாதம் இந்தியா திரும்பினார். டெல்லி ராம்லீலா மைதானத்தில் நடைபெற்ற விவசாயிகள் போராட்டத்தில் கலந்துகொண்டார். அப்போது பேசிய ராகுல், கார்ப்பரேட்டுகள் அளித்த நிதி உதவியால் மட்டுமே மோடி வெற்றிபெற்றதாகக் குற்றம் சாட்டினார். விவசாயிகள் நிலங்களைப் பறித்து, அந்தக் கடனை செலுத்த மோடி திட்டமிட்டிருக்கிறார் எனத் தெரிவித்தார். அந்தப் போராட்டத்துக்குப் பிறகு, மோடி அரசின் ஒவ்வொரு தவறான நடவடிக்கையையும் ராகுல் எதிர்க்கத் தொடங்கினார். 2016, பிப்ரவரியில் நடைபெற்ற நாடாளுமன்றக் கூட்டத்தொடரில், விலைவாசி பற்றிய ராகுலின் பேச்சு கவனம் பெற்றது. மோடி அரசின் பணமதிப்பிழப்பு நடவடிக்கையைக் கடுமையாக எதிர்த்தார். அந்த நடவடிக்கைக்கு எதிராக நாடு தழுவிய போராட்டங்கள் நடத்தவும் அழைப்பு விடுத்தார். ஜிஎஸ்டி திட்டம் அறிமுகமானபோதும் கடுமையாக எதிர்த்தார். அவசரமாக முடிவெடுத்து அமலாக்கப்பட்ட ஜிஎஸ்டி நடவடிக்கையால், தொழில் துறை கடுமையான பாதிப்புக்கு உள்ளாகியிருப்பதாகக் குற்றம் சாட்டினார்.

ஆரம்பத்தில், ‘பப்பு’, ‘அமுல் பேபி’ என்று எதிர்கட்சிகளால் விமர்சிக்கப்பட்ட ராகுல், மோடியை எதிர்க்கும் பலம் வாய்ந்த அரசியல் தலைவராக

உருவாகிக்கொண்டிருந்தார். ராகுலின் வளர்ச்சி அனைவராலும் ஆச்சரியமாகப் பார்க்கப்பட்டது. அதுவே, அவருக்குக் காங்கிரஸ் கட்சியில் உச்சபட்ச இடத்தை அடையவும் உதவி செய்தது. 2017, டிசம்பர் 16-ல் காங்கிரஸ் கட்சியின் தலைவரானார் ராகுல். அடுத்த இரண்டு நாட்களில், குஜராத் சட்டப்பேரவைத் தேர்தல் முடிவுகள் வெளியானது. கடந்த தேர்தலில் பெற்றதைவிட, 16 இடங்களைக் குறைவாகப் பெற்று பாரதிய ஜனதா மீண்டும் ஆட்சி அமைத்தது. ஆனாலும், அசைக்கமுடியாத கட்சியாக இருந்த பாரதிய ஜனதாவை, கொஞ்சம் அசைத்துப்பார்த்தது காங்கிரஸ். 77 இடங்களில் வென்று, பலமான எதிர்கட்சியாக அமர்ந்தது. இந்த வெற்றிக்கு, ராகுல் காந்தியின் தீவிரமான பிரசாரம்தான் காரணம் என காங்கிரஸ்காரர்கள் கொண்டாடினர். 2022 இறுதியில் குஜராத் சட்டப்பேரவைக்குத் தேர்தல் நடைபெறுகிறது. 1998 முதல் தொடர்ந்து 24 ஆண்டுகளாக ஆட்சி செலுத்தி வரும் பாரதிய ஜனதாவைத் தோற்கடிக்க வேண்டிய கட்டாயத்தில் இருக்கிறது காங்கிரஸ்.

2018-ல், பா.ஜ.க. மீது எதிர்கட்சிகள் கொண்டுவந்த நம்பிக்கையில்லாத் தீர்மானத்தின் மீது பேசிக்கொண்டிருந்தார் ராகுல். அப்போது, நாட்டில் சகிப்புத்தன்மை குறைந்துவிட்டது என்றும், பெண்களும், தாழ்த்தப்பட்ட மற்றும் பழங்குடி மக்களும் அச்சத்தில் வாழ்வதாகவும் குற்றம் சாட்டினார். நீங்கள் என்னைச் சிறுவன் என்று கேலி செய்யுங்கள்; என்னைத் திட்டுங்கள். ஆனால், எனக்கு உங்கள் மீது எந்த வெறுப்பும் இல்லை என்று கூறினார். யாரும் எதிர்பார்க்காதவகையில், தன் இருக்கையில் இருந்து எழுந்தார். ராகுலுக்கு

எதிரே அத்வானி, ராஜ்நாத் சிங், மோடி என வரிசையாக அமர்ந்திருந்தனர். மோடிக்கு அருகில் சென்ற ராகுல், அவரைக் கட்டிப்பிடித்து அதிர்ச்சி அளித்தார். முதலில் என்ன நடக்கிறது எனத் தெரியாத மோடி, சுதாரித்துக்கொண்டு ராகுலை அழைத்துக் கைகுலுக்கினார். பின்னர், இருக்கைக்கு வந்த ராகுல், தன் கட்சியினரைப் பார்த்து கண் சிமிட்டினார். இந்தச் செயலை எதிர்கட்சிகள் கடுமையாக விமர்சித்தன. இது நடந்து நீண்ட நாள்களுக்குப் பிறகு, சென்னையில் ஒரு கல்லூரி விழாவில் அந்தச் சம்பவத்தை ராகுல் நினைவுகூர்ந்தார். அன்றைக்கு மோடி மிகவும் கோபமாக இருந்தார் என்றும், அவர் மீது தன் அன்பை வெளிப்படுத்தவே அப்படிச் செய்ததாகவும் ராகுல் கூறினார்.

2019 நாடாளுமன்றத் தேர்தலுக்கு சில மாதங்களே இருந்தன. ராஜஸ்தான், மத்திய பிரதேசம், சட்டீஸ்கர், தெலங்கானா மற்றும் மிசோரம் ஆகிய மாநில சட்டப்பேரவைகளுக்குத் தேர்தல் அறிவிக்கப்பட்டது. இந்த மாநிலங்களின் தேர்தல் முடிவுகள், அடுத்துவரும் நாடாளுமன்றத் தேர்தலிலும் எதிரொலிக்கும் என்ற எதிர்பார்ப்பு இருந்தது. காங்கிரஸ் குறிப்பிடத்தக்க வெற்றியைப் பெற்றிருந்தது. பா.ஜ.க. வசம் இருந்த ராஜஸ்தான், மத்திய பிரதேசம், சட்டீஸ்கர் மாநிலங்களைக் காங்கிரஸ் கைப்பற்றியது. காங்கிரஸ் தொண்டர்கள் மனத்தில், அடுத்த பிரதமர் வேட்பாளராக ராகுல் உருவெடுக்க இந்த வெற்றியே காரணமாக இருந்தது. அதற்கான முன்னோட்டமாகவே, இந்தத் தேர்தல் வெற்றிகளைப் பார்த்தனர் காங்கிரஸ்காரர்கள். மோடியின் அரசியலைக் கடுமையாக எதிர்த்துவந்த ராகுலுக்கு, இந்த வெற்றி மிகப்பெரிய உற்சாகத்தைக் கொடுத்தது.

2019 நாடாளுமன்றத் தேர்தல் நெருங்கியது. மார்ச் *10*-ல், அதற்கான அறிவிப்பை தேர்தல் ஆணையம் வெளியிட்டது. மோடிக்கு எதிராக, எதிர்கட்சிகள் அனைத்தையும் ஒருங்கிணைத்து, பலம் பொருந்திய கூட்டணியை அமைக்க காங்கிரஸ் முயற்சி மேற்கொண்டது. அதற்கான முயற்சிகளில் ராகுல் தீவிரம் காட்டினார். ஆனால், பல மாநிலக் கட்சிகளை ஒருங்கிணைத்து தேர்தலைச் சந்திக்கமுடியாமல் போனது. உதாரணத்துக்கு, மேற்கு வங்கத்தில் மோடி எதிர்ப்பில் உறுதியாக இருந்த திரிணமூல் காங்கிரஸுடன் கூட்டணி அமைக்காமல் காங்கிரஸ் தனியாகக் களமிறங்கியது. இந்தத் தேர்தலில், பிரியங்காவின் அரசியல் பிரவேசம் முக்கிய நகர்வாக எதிர்பார்க்கப்பட்டது. உத்தர பிரதேசத்தில், காங்கிரஸ் எதிர்பார்த்த வலுவான கூட்டணி அமையவில்லை. அதனால், கிழக்கு உத்தர பிரதேசத்தின் பொறுப்பாளராக பிரியங்கா நியமிக்கப்பட்டார். இதற்கு முன், ராகுலும் சோனியாவும் போட்டியிட்ட தொகுதிகளில் மட்டுமே பிரசாரம் செய்த பிரியங்கா, இந்த முறை பரவலாக மற்ற இடங்களிலும் பிரசாரம் செய்தார். காங்கிரஸ் கட்சியின் தேர்தல் அறிக்கையை, முன்னாள் அமைச்சர் ப. சிதம்பரம் தலைமையிலான குழு தயாரித்தது. மாநில உரிமைகளுக்கு முக்கியத்துவம் அளித்துத் தயாரிக்கப்பட்டிருந்தது தேர்தல் அறிக்கை. ராகுல் காந்தியின் முக்கிய வாக்குறுதியாக, குறைந்தபட்ச வருவாய்த் திட்டமும், கல்வியை மாநிலப் பட்டியலுக்கு மாற்றுவது குறித்த அறிவிப்பும் தேர்தல் அறிக்கையில் இடம்பெற்றிருந்தன. நீட் தேர்வை விரும்பாத மாநிலங்களுக்கு நீட் தேர்வில் இருந்து விலக்கு அளிக்கப்படும் என்ற அறிவிப்பும் அதில் இருந்தது. இந்த வாக்குறுதி, குறிப்பாக தமிழகத்தில் பெரும்

வரவேற்பைப் பெற்றது. விவசாயத்துக்குத் தனி பட்ஜெட்; கல்விக்கு மொத்த உள்நாட்டு உற்பத்தியில் 6 சதவீத ஒதுக்கீடு போன்ற வாக்குறுதிகளும் கவனிக்கத்தக்கவையாக இருந்தன. பாரதிய ஜனதாவின் தேர்தல் அறிக்கையில், காஷ்மீருக்குச் சிறப்பு அந்தஸ்தை அளிக்கும் 370 பிரிவை நீக்கும் வாக்குறுதி இடம்பெற்றது. டிஜிட்டல் இந்தியா குறித்த வாக்குறுதிகளும் இடம்பெற்றிருந்தன.

தமிழகத்தில், கூட்டணிக் கட்சியான திமுகவின் தலைவர் ஸ்டாலின், ராகுல் காந்தியை அந்தக் கூட்டணியின் பிரதமர் வேட்பாளராக அறிவித்திருந்தார். ஆனால், அதைக் கூட்டணிக் கட்சிகள் அனைத்தும் ஏற்பதாக அறிவிக்கவில்லை. மோடியை முன்னிறுத்தியே பாரதிய ஜனதா தலைமையிலான கூட்டணி களம் இறங்கியது. மோடியைப் பெரும் பிம்பமாகக் கட்டமைத்து பாரதிய ஜனதா முன்வைத்த பிரசாரம், இந்தமுறையும் வலுவாக எடுபட்டது.

பிரச்சாரத்தில் பிரதமர் தன்னை சௌக்கிதார் என்று சொல்ல, "சௌக்கிதார் சோர் ஹை" என்ற வாசகத்தைப் பயன்படுத்தினார் ராகுல் காந்தி. காவலாளியே கொள்ளைக்காரராக இருக்கிறார் என்பது இதன் பொருள். ஆனால், துரதிருஷ்டவசமாக இந்தப் பிரசாரத்தையே தனக்குச் சாதகமாகப் பயன்படுத்தினார் மோடி. தன்னுடைய டுவிட்டர் பெயரையே சௌக்கிதார் என மாற்றிக்கொண்டார். மோடி ஆட்சியில் நடந்த ரபேல் ஊழலை ராகுல் காந்தி கையில் எடுத்தார். ஆனால், மோடிக்கு ராஜீவ் காந்தி ஆட்சியில் நடந்த போஃபர்ஸ் ஊழல் கைவசம் இருந்தது. மோடி ஆட்சியில் நிறைவேற்றப்படாத திட்டங்களை எடுத்துச்சொல்லி காங்கிரஸ் பிரசாரம்

செய்தது. 2019, மே 17-ஆம் தேதி செய்தியாளர்களைச் சந்தித்தார் மோடி. கடந்த ஐந்து ஆண்டுகளில் ஒருமுறைகூட ஊடகங்களைச் சந்திக்காத பிரதமர் மோடி, தேர்தலுக்காக இந்த முறை சந்தித்தார். அமேதி மற்றும் வயநாடு என இரண்டு தொகுதிகளில் போட்டியிட்டார் ராகுல். அமேதி தொகுதியில் தோல்வியும், வயநாட்டில் வெற்றியும் பெற்றார்.

பெறும் எதிர்பார்ப்பு மிகுந்திருந்த இந்தத் தேர்தல் முடிவுகள், காங்கிரஸுக்குச் சாதகமானதாக இல்லை. பாரதிய ஜனதா 303 இடங்களில் வென்று, தன்னுடைய ஆட்சியைத் தக்கவைத்துக்கொண்டது. காங்கிரஸ், வெறும் 52 இடங்களை மட்டுமே பெற்றது. பிரியங்காவின் பிரசாரத்தால், உத்தர பிரதேசத்தில் அதிக இடங்களில் வெற்றிபெறும் என எதிர்பார்க்கப்பட்டது. ஆனால், இரண்டு இடங்களை மட்டுமே காங்கிரஸ் பெற்றது. காங்கிரஸ் கூட்டணியின் தோல்விக்குப் பொறுப்பேற்று, ராகுல் தனது காங்கிரஸ் தலைவர் பதவியை ராஜினாமா செய்தார். காங்கிரஸ் கட்சியின் இடைக்காலத் தலைவராக சோனியா தேர்வு செய்யப்பட்டார்.

2022-ல், நாடாளுமன்றத்தில் குடியரசுத் தலைவர் உரைக்கு நன்றி தெரிவித்து உரையாற்றினார் ராகுல். இந்தியா, பல மாநிலங்கள் இணைந்த ஒன்றியம். மத்திய அரசு, மாநில அரசுகளோடு இணைந்து செயல்பட வேண்டும். பரஸ்பர புரிந்துணர்வும், கலந்துரையாடலும் இருக்க வேண்டும். அதுதான் மக்களாட்சி. இது ஒன்றும் மன்னராட்சி அல்ல. தமிழ்நாடு மற்றும் கேரளாவுக்கு தனித்தனி கலாசாரம் இருக்கிறது. தமிழ்நாட்டை அடக்கி ஆள நினைத்தால், அது தோல்வியில்தான் முடியும். தமிழ்நாட்டின் நீட் விலக்கு பற்றிய கோரிக்கைக்கு

செவி சாய்க்கவில்லை. தமிழர்களுக்குத் தமிழும், தமிழ்நாடும்தான் முதன்மை. அதன்பிறகுதான் இந்தியா என்பதை பா.ஜ.க. புரிந்துகொள்ளவில்லை. பா.ஜ.க. தன் வாழ்நாளில் ஒருபோதும் தமிழ்நாட்டை, தமிழர்களை ஆளமுடியாது என்று வெடித்தார் ராகுல். தமிழ்நாட்டைப் பற்றி ஏன் அதிகம் பேசினீர்கள் என கேட்டதற்கு, நானும் தமிழன்தான் என்று சொன்னார்.

சோனியா மற்றும் ராகுலுக்கு எதிராக நேஷனல் ஹெரால்டு வழக்கு இப்போது சூடுபிடித்திருக்கிறது. 1938-ல், அசோசியேட்டட் ஜெனரல்ஸ் (AJL) என்ற நிறுவனத்தைத் தொடங்கினார் ஜவஹர்லால் நேரு. இந்த நிறுவனத்தில், 5000-க்கும் மேற்பட்ட விடுதலைப் போராட்ட வீரர்கள் பங்குதாரர்களாக இருந்தனர். இந்த நிறுவனத்தின் சார்பில், நேஷனல் ஹெரால்டு என்ற பத்திரிகை அதே ஆண்டு தொடங்கப்பட்டது. விடுதலை உணர்வூட்டும் பத்திரிகையாகச் செயல்பட்ட அந்த நாளிதழ், காங்கிரஸின் அதிகாரப்பூர்வ நாளிதழாகப் பின்னாட்களில் செயல்பட்டுவந்தது. கடன் சுமையால் தவித்த இந்தப் பத்திரிகை, 2008-ல் நிறுத்தப்பட்டது. 2010-ல், இந்த நிறுவனத்தை யங் இந்தியா நிறுவனம் வாங்கியது. ராகுல் காந்திதான் யங் இந்தியா நிறுவனத்தின் இயக்குநர். இந்த நிறுவனத்தின் 76 சதவீதப் பங்குகள், சோனியா மற்றும் ராகுலிடம் இருக்கின்றன. நேஷனல் ஹெரால்டு நிறுவனப் பங்குகளை வாங்கியதில் மோசடி நடந்திருப்பதாக, 2012-ல் சுப்பிரமணியன் சுவாமி வழக்குத் தொடர்ந்தார். இந்தப் பரிவர்த்தனையின் மூலம், 2000 கோடி ரூபாய் அளவுக்கு ராகுல் காந்தி ஆதாயம் அடைந்திருப்பதாகவும், 90 கோடி ரூபாய் கடன் பெற்றுள்ள நிறுவனத்தை, வெறும் 50 லட்சத்துக்கு யங் இந்தியா வாங்கியுள்ளது எனவும் குற்றம் சாட்டினார்.

சமூக சேவைக்காகத் தொடங்கப்பட்டது யங் இந்தியா. இந்த நிறுவனத்தின் மூலம், பங்குதாரர்கள் நிதி ஆதாயம் பெற முடியாது. எனவே, இந்த விவகாரத்தில் ஆதாயம் என்ற பேச்சுக்கே இடமில்லை என்றும், எந்த முறைகேடும் நடக்கவில்லை எனவும் காங்கிரஸ் மறுத்தது. 2012-ல் தொடங்கப்பட்ட இந்த வழக்கு, முகாந்திரம் இல்லை என அப்போதே முடித்துவைக்கப்பட்டது. ஆனால், ஏழு வருடங்களுக்குப் பிறகு, இந்த வழக்கை பாரதிய ஜனதா மீண்டும் இப்போது கையில் எடுத்திருக்கிறது. சோனியாவும் ராகுலும் அமலாக்கத் துறை விசாரணைக்கு அழைக்கப்பட்டு, அவர்களும் ஆஜராயினர். இருவரிடமும், பல மணி நேரம் விசாரணை நடத்தப்பட்டது. இது, சோனியா மற்றும் ராகுலின் நற்பெயருக்குக் களங்கம் கற்பிக்கும் செயல் என காங்கிரஸ் குற்றம் சாட்டியது.

மோடியை எதிர்த்து அரசியல் செய்வது ராகுலுக்குக் கடினமான பணியாக இருந்தது. அதேசமயம், காங்கிரஸ் கட்சிக்குள்ளேயே அதிருப்தியாளர்களையும் சமாளிக்கவேண்டி இருந்தது. பஞ்சாப், உத்தர பிரதேசம், மணிப்பூர், கோவா மற்றும் உத்தரகாண்ட் ஆகிய ஐந்து மாநிலத் தேர்தல் முடிவுகளுக்குப் பின், காங்கிரஸில் மீண்டும் ஒரு குழப்பம் நிகழ்ந்தது. நேரு குடும்பத்தைச் சேராத ஒருவரே காங்கிரஸின் தலைவராக வர வேண்டும் என்று அதிருப்தித் தலைவர்கள் கோரிக்கை வைத்தனர். காங்கிரஸ் தலைமையில் இருந்து சோனியா குடும்பம் விலக வேண்டும் என கபில் சிபல் குரல் எழுப்பினார். அவரது கருத்துக்கு மல்லிகார்ஜுன கார்கே, மாணிக்கம் தாக்கூர் ஆகியோர் எதிர்வினை ஆற்றினர். ராகுலின் தலைமைப் பண்பையும், முடிவெடுக்கும்

திறனையும் கடுமையான சொற்களால் விமர்சித்து, சோனியாவுக்குக் கடிதம் எழுதிய குலாம் நபி ஆசாத், காங்கிரஸில் இருந்தும் வெளியேறினார். *G23* என்ற பெயரில் காங்கிரஸ் அதிருப்தித் தலைவர்கள் 23 பேர், ராகுலையும் சோனியாவையும் விமர்சித்து வந்தனர்.

G23 என அழைக்கப்படும் அந்தக் குழுவில் இடம்பெற்ற காங்கிரஸ் தலைவர்களின் விவரம்: குலாம் நபி ஆசாத் - ஜம்மு காஷ்மீர் முன்னாள் முதல்வர். மாநிலங்களவையில் எதிர்கட்சித் தலைவராக இருந்தார். ஆனந்த் சர்மா – முன்னாள் மத்திய அமைச்சர். பூபேந்திர சிங் ஹூடா – ஹரியானா மாநில முன்னாள் முதல்வர். மிலிந்த் தியோரா – முன்னாள் மத்திய அமைச்சர். முகுல் வாஷ்னிக் – முன்னாள் மத்திய அமைச்சர். மனீஷ் திவாரி - முன்னாள் மத்திய அமைச்சர். சசி தரூர் – நாடாளுமன்ற உறுப்பினர். ராஜேந்தர் கவுர் பட்டால் – பஞ்சாப் மாநில முன்னாள் முதல்வர். வீரப்ப மொய்லி – கர்நாடக மாநில முன்னாள் முதல்வர். பிருத்விராஜ் சவுகான் – முன்னாள் மகாராஷ்டிர முதல்வர். கபில் சிபல் – முன்னாள் மத்திய அமைச்சர். விவேக் டன்கா – மாநிலங்களவை உறுப்பினர். ஜிதின் பிரசாதா – முன்னாள் காங்கிரஸ் தலைவர். ரேணுகா சவுத்ரி – முன்னாள் மத்திய அமைச்சர். பி.ஜெ. குரியன் – மாநிலங்களவை முன்னாள் துணைத் தலைவர். ராஜ் பாபர் – உத்தர பிரதேச மாநில காங்கிரஸ் முன்னாள் தலைவர். குல்தீப் சர்மா – ஹரியானா சட்டப்பேரவையின் முன்னாள் அவைத் தலைவர். யோகானந்த் சாஸ்திரி – டெல்லி சட்டப்பேரவையின் முன்னாள் அவைத் தலைவர். அகிலேஷ் பிரசாத் சிங் – முன்னாள் நாடாளுமன்ற உறுப்பினர். அர்விந்தர் சிங் லவ்லி – டெல்லி காங்கிரஸ் முன்னாள் தலைவர். கவுல்

சிங் தாக்கூர் – இமாச்சல பிரதேச காங்கிரஸ் முன்னாள் தலைவர். அஜய் சிங் - மத்திய பிரதேச சட்டப்பேரவை முன்னாள் எதிர்கட்சித் தலைவர். சந்தீப் தீட்சித் – டெல்லி முன்னாள் முதல்வர் ஷீலா தீட்சித்தின் மகன். முன்னாள் நாடாளுமன்ற உறுப்பினர்.

இந்தப் பட்டியலை உற்று நோக்கினால் ஒன்று தெளிவாகப் புலப்படும். இவர்கள் அனைவரும், காங்கிரஸிலேயே பல ஆண்டுகள் இருந்து, பல பதவிகளையும் அனுபவித்தவர்கள். நேரு - காந்தி குடும்பத்தால், அரசியலுக்கு அழைத்து வரப்பட்டவர்கள். அதிகாரம் இல்லாத காங்கிரஸ், அவர்களுக்குக் கசப்பைத் தந்திருக்கிறது. இக்கட்டான நேரங்களில் இன்னும் வேகமாகச் செயல்படும் அரசியல் கட்சிதான், தோல்விகளில் இருந்து மீண்டெழும். உள்கட்சி விவகாரங்களைப் பொதுப் பிரச்னையாக்கினால், அது எதிர்கட்சிகளுக்குத்தான் பலனைத் தரும். முக்கியமாக, பாரதிய ஜனதாவுக்கு. காங்கிரஸின் தலைமை மீதான கடுமையான விமர்சனத்தைத் தொடர்ந்து, காங்கிரஸ் தலைவருக்குத் தேர்தல் நடத்துவது என முடிவு செய்யப்பட்டு, தேர்தலும் நடத்தப்பட்டது. சசி தரூரும், மல்லிகார்ஜுன கார்கேவும் போட்டியிட்டனர். மல்லிகார்ஜுன கார்கே 6825 வாக்குகள் வித்தியாசத்தில் வெற்றிபெற்றார். 80 வயதான மல்லிகார்ஜுன கார்கே, காங்கிரஸ் கட்சித் தலைவராக, 2022 அக்டோபர் 26 முதல் பொறுப்பேற்றுள்ளார்.

இந்திய ஒற்றுமைப் பயணம் என்பதை முன்னிறுத்தி, 2022 செப்டம்பர் 7-ல் நடைபயணத்தைத் தொடங்கினார் ராகுல். ஐந்து மாதங்கள். 12 மாநிலங்கள் வழியே 3500 கிலோமீட்டர் பயணத்திட்டம். கன்னியாகுமரியில் பயணத்தைத்

தொடங்கிய ராகுல், 150 நாட்கள் கழித்து காஷ்மீரில் இந்த நடைபயணத்தை முடிப்பார். ராகுலின் இருபது ஆண்டுகால நீண்ட வரலாற்றில், இதுவே நீண்ட நெடிய பயணம். தினமும் 20 முதல் 30 கிலோமீட்டர் நடப்பது திட்டம். ராகுலுடன், முழு தொலைவுக்கும் பயணம் செய்பவர்கள், அந்தந்த பகுதிகளில் நடைபயணம் மேற்கொள்ளும் கட்சித் தலைவர்கள் மற்றும் தொண்டர்கள், அரசியல் இயக்கங்களைக் கடந்து பொதுமக்கள், தன்னார்வ இயக்கங்கள் என மூன்றுவிதமான பங்கேற்பாளர்கள் இந்த நடைபயணத்தில் பங்கேற்பதாக அறிவித்திருக்கிறது காங்கிரஸ். ராகுலின் இந்த நடைபயணம், கட்சியை வலுப்படுத்தும்; 2024-ல், ஆண்டு ஆட்சி மாற்றத்துக்கும் வழிவகுக்கும் என காங்கிரஸ் திடமாக நம்புகிறது. அதை மெய்ப்பிக்கும்விதமாக, ராகுல் செல்லுமிடம் இடங்களில் பலத்த வரவேற்பு கிடைக்கிறது. நடைபயணத்தில், பல்வேறு மக்களைச் சந்தித்து உரையாடுகிறார் ராகுல் காந்தி.

பயணத்தைத் தொடங்குவதற்கு முன்னதாக, ஸ்ரீபெரும்புதூரில் தன் தந்தை ராஜீவ் காந்தியின் நினைவிடத்தில் அஞ்சலி செலுத்தினார். ராஜஸ்தான் முதல்வர் அசோக் கேலாட், தற்போதைய காங்கிரஸ் தலைவர் மல்லிகார்ஜுன கார்கே, சசி தரூர் மற்றும் தமிழக காங்கிரஸ் தலைவர்கள் பங்குபெற்ற யாத்திரையின் தொடக்க நிகழ்வு, கன்னியாகுமரியில் நடைபெற்றது. தமிழக முதல்வர் மு.க. ஸ்டாலின், ராகுலிடம் தேசியக் கொடியை அளித்து இந்தப் பயணத்தைத் தொடங்கிவைத்தார்.

”பாரதிய ஜனதா இந்த நாட்டைப் பிளவுபடுத்த நினைக்கிறது. மதம் மற்றும் மொழியைப் பயன்படுத்தி, இந்த நாட்டைப் பிரிக்க நினைக்கிறது.

ஆனால், அதன் திட்டம் நடக்காது. ஆர்.எஸ். எஸ். மற்றும் பாரதிய ஜனதாவால், இந்தியாவின் ஒவ்வொரு அமைப்பும் பாதிக்கப்பட்டிருக்கிறது. இந்திய தேசத்தின் கொடியை பாரதிய ஜனதாவும், ஆர்.எஸ்.எஸ்-ம் தங்களது தனிப்பட்ட சொத்துபோல நினைக்கின்றன. இந்த நாட்டின் ஒவ்வொரு குடிமகனுக்கும் அது சொந்தம். இந்த நாட்டின் எதிர்காலத்தை அவர்கள் மட்டுமே தீர்மானிக்க முடியும் என்று நினைக்கிறார்கள். அப்படி இல்லை என்று சொல்ல வேண்டிய நேரம் வந்துவிட்டது'' - ராகுல் தன் பயணத்தைத் தொடங்கும் முன் பேசிய வார்த்தைகள் இவை. இந்த ஒற்றுமைப் பயணம், இந்திய அரசியலில் பெரும் மாற்றத்தை ஏற்படுத்தும் என சோனியா தனது வாழ்த்துச் செய்தியில் குறிப்பிட்டார். வாழ்த்துச் செய்தியோடு நின்றுவிடாமல், கர்நாடக மாநிலம் மாண்டியாவில், ராகுலோடு நடைபயணத்தில் கலந்துகொள்ளவும் செய்தார்.

இந்த நடைபயணம், இரண்டாம் சுதந்திரப் போராட்டமாக இருக்கும், நாட்டை மதவாத சக்திகளிடம் இருந்து மீட்கும் நடைபயணமாக இருக்கும். சாதி மதப் பிளவை சரிசெய்து, இந்தியா ஒரே தேசம் என்ற கருத்துருவாகி, மக்கள் மனங்களை மாற்றும் நடைபயணம் இது என, தமிழக காங்கிரஸ் தலைவர்களும் தொண்டர்களும் உற்சாகமானார்கள். இந்திய சுதந்திரப் போராட்டத்தில் பாரதிய ஜனதாவுக்கு எப்படி பங்கில்லையோ, அப்படி இந்த இரண்டாம் சுதந்திரப் போராட்டத்திலும் அதற்குப் பங்கில்லை என ப. சிதம்பரம் தன்னுடைய பேச்சில் குறிப்பிட்டார்.

இந்தியாவில் யாத்திரை மற்றும் நடைபயணத்துக்கென ஒரு வரலாறு உண்டு.

ஆங்கிலேயர்களின் ஆட்சிக்காலத்தில், மகாத்மா காந்தி முன்னெடுத்த தண்டி யாத்திரை, அதில் முதன்மையானது. உப்பு மீதான அநியாய வரி விதிப்பை எதிர்த்து, நடைபயணம் மேற்கொண்டார் காந்தி. அந்த நடைபயணம், 1930, மார்ச் 12-ல் சபர்மதி ஆசிரமத்தில் தொடங்கியது. 24 நாட்களுக்குப் பிறகு, ஏப்ரல் 5-ல் தண்டி கடற்கரையை அடைந்தது. மொத்தம் 385 கிலோ மீட்டர். இந்திய சுதந்திரப் போராட்ட வரலாற்றில், அது ஒரு மைல்கல்லாக அமைந்தது. இதையொட்டி, தமிழகத்திலும் ராஜாஜி தலைமையில் வேதாரண்யம் உப்புச் சத்தியாகிரக நடைபயணம் மேற்கொள்ளப்பட்டது.

1990-ல், அத்வானி ரதயாத்திரையைத் தொடங்கினர். இந்த யாத்திரை முடிவடையும் தருணத்தில், வடஇந்தியாவில் பல இடங்களில் இந்து - முஸ்லிம் கலவரம் வெடித்தது. நூற்றுக்கணக்கான மக்கள் கொல்லப்பட்டனர். அதில் பெரும்பாலானோர், வழக்கம்போல முஸ்லிம்கள். உலக அளவில் இந்தியாவுக்கு அவப்பெயரை ஏற்படுத்திய பாபர் மசூதி இடிப்பு நிகழ்வுக்கு, இந்த ரதயாத்திரைதான் முக்கியக் காரணம். பாரத ஜனதா முதன்மைக் கட்சியாக வலுப்பெறவும், பின்னாட்களில் ஆட்சி அமைக்கவும் இந்த யாத்திரையே வழிவகுத்தது.

2003, ஏப்ரல் 9 முதல் ஜூன் 15 வரை, 68 நாட்கள். ஆந்திர காங்கிரஸ் மூத்த தலைவர் ஒய்.எஸ். ராஜசேகர ரெட்டி நடைபயணம் மேற்கொண்டார். சந்திரபாபு நாயுடு ஆட்சியில், மக்கள் சந்திக்கும் பிரச்னைகளை வெளிக்கொண்டுவருவது, இந்த நடைபயணத்தின் நோக்கம். 11 மாவட்டங்களைத் தொட்டு, 1475 கிலோமீட்டர் நீண்ட பயணம். மாநில அரசியலில் இருந்தவர் இந்தியா முழுவதும் பிரபலமானார். ஒய்.

எஸ். ராஜசேகர ரெட்டி தலைமையில், ஆந்திராவில் காங்கிரஸ் ஆட்சி அமைக்க மிக முக்கியக் காரணமாக இருந்தது இந்த நடைபயணம்.

2010-ல், ஒய்.எஸ்.ஆர். மறைவுக்குப் பிறகு, ஆதரவாளர்களுக்கு நம்பிக்கை அளிக்கும் நடைபயணத்தை அவரது மகன் ஜெகன்மோகன் ரெட்டி மேற்கொண்டார். பெரும் தாக்கத்தை ஏற்படுத்திய இந்த நடைபயணத்தில் மக்கள் திரளாகக் கலந்துகொண்டனர். மத்தியில் ஆட்சியில் இருந்த காங்கிரஸின் கண்களுக்கு இது உறுத்தியது. காங்கிரஸ் மேலிடம், அந்த நடைபயணத்தை நிறுத்துமாறு வலியுறுத்தியது. அந்தக் கோரிக்கையை நிராகரித்த ஜெகன்மோகன் ரெட்டி, ஒய்.எஸ்.ஆர். காங்கிரஸ் என்ற புதுக் கட்சியைத் தொடங்கினார். 2016, நவம்பர் 6-ல், மக்கள் குறைதீர்ப்பு பாதயாத்திரையைத் தொடங்கினார். 430 நாள்களுக்கு நீடித்தது அந்த யாத்திரை. இந்தப் பயணத்தின் முடிவில், ஆந்திராவின் செல்வாக்குமிக்க தலைவராக மாறினார். 2019-ல் நடைபெற்ற ஆந்திர சட்டப்பேரவைத் தேர்தலில், ஒய். எஸ்.ஆர். காங்கிரஸ் வெற்றிபெற்றது. முதல்வராகப் பதவியேற்றார் ஜெகன்மோகன் ரெட்டி.

தமிழக அரசியலில், வைகோவின் நடைபயணம் குறிப்பிடத்தக்கது. 2004 ஆகஸ்டு 5 முதல் செப்டம்பர் 5 வரை நடைபயணம் மேற்கொண்டார். நெல்லை முதல் சென்னை வரை 1200 கி.மீ. நீண்டது, இந்த மறுமலர்ச்சி நடைபயணம். நதிகள் இணைப்புக்கான விழிப்புணர்வுப் பிரசாரமாக இந்த நடைபயணம் அமைந்தது. 2013-ல், பூரண மதுவிலக்கை வலியுறுத்தி நடைபயணம் மேற்கொண்டார். நியூட்ரினோ திட்டத்துக்கு எதிராக, 2018-ல் தொடர் நடைபயணம் மேற்கொண்டார். மதுரை பழங்காநத்தத்தில்

தொடங்கி, தேனி மாவட்டம் கம்பம் வரை 10 நாட்கள் வரை நீண்டது இந்த நடைபயணம்.

2018-ல், ராமராஜ்ய ரதயாத்திரை, அயோத்தியில் ராமர் கோவில் கட்ட வேண்டும் என்பதை வலியுறுத்தி நடத்தப்பட்டது. உத்தர பிரதேசத்தில் ஆரம்பித்து 41 நாட்கள் நடந்தது இந்த ரதயாத்திரை. தமிழகம் நுழைந்த இந்த ரதயாத்திரைக்கு அன்றைய அதிமுக அரசு முழு ஆதரவு அளித்தது. ஆனால், திமுக உள்ளிட்ட எதிர்கட்சிகள் கடுமையாக எதிர்த்தன. பதற்றமான பகுதிகளில் 144 தடை உத்தரவு பிறப்பிக்கும் அளவுக்கு, பரபரப்பாக இருந்தது அன்றைய தமிழக அரசியல் சூழல்.

பல்வேறு அரசியல் காரணங்களுக்காக, இந்த யாத்திரைகளும் நடைபயணங்களும் நடந்துள்ளன. பாரதிய ஜனதா முன்னெடுத்த யாத்திரைகள், மதத்தை முன்னிறுத்தி நடத்தப்பட்டன. தவிர, அனைத்து யாத்திரைகளும், நடைபயணங்களும் மக்களின் பிரச்னைகளை முன்னிறுத்தியே நடைபெற்றுள்ளன. ராகுலின் இந்த நடைபயணமும், கட்சி சார்பற்ற நடைபயணமாகவே கட்டமைக்கப்பட்டிருக்கிறது. கட்சிக் கொடி இல்லாமல், தேசியக் கொடியை மட்டுமே பயன்படுத்துவது; சாதி மத பேதங்களைக் கடந்து அனைத்து மக்களையும் உள்ளடக்கிய நடைபயணமாக இது அமைந்துள்ளது. மத ரீதியாகவும் சாதி ரீதியாகவும் பிளவுபட்டிருக்கும் இந்தியாவை ஒன்றிணைக்க வேண்டும்; நாட்டின் பிரதான பிரச்னைகளான விலைவாசி உயர்வு, வேலையில்லாத் திண்டாட்டம் ஆகியவற்றை பிரதானப்படுத்துவது; மக்களின் பிரச்னைகளை மத்திய அரசிடம் கொண்டுசெல்வது இந்த நடைபயணத்தின் பிரதான நோக்கம்.

அச்சத்தை உருவாக்கிய யாத்திரைகளைத்தான் பா.ஜ.க. இதுவரை நடத்தி இருக்கிறது. ராகுலின் இந்த ஒற்றுமை யாத்திரை, இந்தியாவுக்கும் நல்லது, காங்கிரஸ் கட்சிக்கும் நல்லது. தொண்டர்களை ஒருங்கிணைக்கும். பா.ஜ.க. என்பது இந்தியாவின் பலம் பொருந்திய கட்சி என்னும் பிம்பத்தை, இந்த நடைபயணம் உடைக்கும் என்ற எதிர்பார்ப்பு இருக்கிறது.

ராகுல் காந்தியின் இந்த நடைபயணம் ஒரு நாடகம் என விமர்சித்தது பாரதிய ஜனதா. அந்தக் கட்சியின் அசாம் மாநில முதல்வர், இந்த ஒற்றுமைப் பயணத்தை ராகுல் காந்தி பாகிஸ்தானில் நடத்தட்டும் என்று சொன்னார். எதிர் கருத்துகள் ஒன்றும் இல்லாதபோது, பாரதிய ஜனதா கையில் எடுக்கும் ஒரே வார்த்தை ஆயுதம், பாகிஸ்தானுக்குப் போ என்பதுதான். தெற்கு முதல் வடக்கு வரை, பாரதிய ஜனதா கட்சியினர் இதற்கு ஒரே மாதிரியான பயிற்சி எடுத்திருக்கிறார்கள். ஒற்றுமைப் பயணத்தின் ஊடாக, மக்களின் எழுச்சியைக் கண்டு பாரதிய ஜனதா பயப்படுகிறது. அதன் வெளிப்பாடுதான், பாரதிய ஜனதாவின் இந்தக் குற்றச்சாட்டுகள் என்கிறது காங்கிரஸ்.

அகில இந்திய காங்கிரஸ் தலைவராக மீண்டும் வருவார் என பெரிதும் எதிர்பார்க்கப்பட்டார் ராகுல் காந்தி. ஆனால் தேர்தல் அறிவிக்கப்பட்டு, சசி தரூரும், மல்லிகார்ஜுன கார்கேவும் தலைவர் பதவிக்குப் போட்டியிட்டனர். அதற்கான தேர்தல், அக்டோபர் 17-ஆம் தேதி நடைபெற்றது. இதற்கான தேர்தலில், தனது 40-ஆவது நாள் நடைபயணத்துக்கு இடையே, கர்நாடக மாநிலம் பெல்லாரியில் வாக்களித்தார் ராகுல் காந்தி.

பல கலாசார நடனங்கள், பல இசை வாத்தியங்கள் என இந்தியாவின் பல கலைகளைச் சாலையெங்கும் பார்க்கமுடிகிறது. பழங்குடியினருடன் உற்சாகமாக நடனமாடுகிறார். பெண்கள், திருநங்கைகள், மாற்றுத்திறனாளிகளைச் சந்தித்து, அவர்களின் குறைகளைக் கேட்கிறார். பல துறைகளில் இயங்கும் தன்னார்வ நிறுவனங்களையும் சந்தித்து, அவர்களின் செயல்பாடுகளைப் புரிந்துகொள்கிறார். வயதான பெண்கள், தங்கள் பிள்ளையைப்போல் கட்டியணைத்துக்கொள்கின்றனர். பல குழந்தைகள், ஒரு தந்தையைப்போல் எண்ணி, அவர் தோளில் அமர்ந்துகொள்கின்றனர். தன் அம்மாவுக்குக் காலணி அணிய உதவி செய்யும் ராகுல் காந்தி. தன் முன்னால் நடந்துபோகும் சிறுமியின் காலணியையும் சரி செய்கிறார். இந்த நடைபயணம், ஒற்றுமையை உருவாக்கவில்லை என்றால், வேறு எந்தப் பயணம் ஒற்றுமையை உருவாக்கும்.

பலம் வாய்ந்த மதவாத பாரதிய ஜனதாவை வீழ்த்த, காங்கிரஸ் தலைமையிலான கூட்டணியால்தான் முடியும். காங்கிரஸ் தவிர்த்த மூன்றாவது கூட்டணி என்பது, ஏற்கெனவே முயன்று தோற்றுப்போன சித்தாந்தம். மீண்டும் ஒருமுறை முயன்றாலும், அது பாரதிய ஜனதாவுக்குத்தான் சாதகமாக முடியும். இதை மனத்தில் வைத்து, ஜனநாயகத்தின் மீது நம்பிக்கை உள்ள அனைத்து எதிர்கட்சிகளும், காங்கிரஸ் என்ற குடையின் கீழ் ஒன்று திரள வேண்டும். அவர்களை அரவணைத்துச் செல்லும் தகுதிமிக்கத் தலைவராக ராகுல் உருவாகிவிட்டார் என்பதே, அவரது சமீபத்திய செயல்பாடுகள் உணர்த்துகின்றன. அது வரலாறாவதைப் பொறுத்திருந்து தான் பார்க்க வேண்டும்.

உதவிய நூல்கள், ஆதாரங்கள்

Soniya Gandhi – An Extraodinary Life, An Indian Destiny – Rani Singh

Rahul – The First Authoritative Biography – Jatin Gandhi & Veenu Sandhu

ஆங்கிலம், இந்தி, தமிழ் - அச்சு மற்றும் தொலைக்காட்சி ஊடகச் செய்திகள்

www.ingramcontent.com/pod-product-compliance
Ingram Content Group UK Ltd.
Pitfield, Milton Keynes, MK11 3LW, UK
UKHW042131021026
15589UKWH00003B/751

9 789395 511353